Impressum
Verlag: BABADADA GmbH, Nedderfeld 112 , 22529 Hamburg
Geschäftsführer / Verlagsleitung: Harald Hof
Druck: Books on Demand GmbH, In de Tarpen 42, 22848 Norderstedt

Imprint
Publisher: BABADADA GmbH, Nedderfeld 112 , 22529 Hamburg, Germany
Managing Director / Publishing direction: Harald Hof
Print: Books on Demand GmbH, In de Tarpen 42, 22848 Norderstedt

school
โรงเรียน

classroom
ห้องเรียน
divide
หาร
186/2
สนามโรงเรียน
board
กระดาน
teacher
ครู
paper
กระดาษ
write
เขียน
pen
ปากกา
desk
โต๊ะทำงาน
ruler
ไม้บรรทัด
book
หนังสือ
pupil
นักเรียน

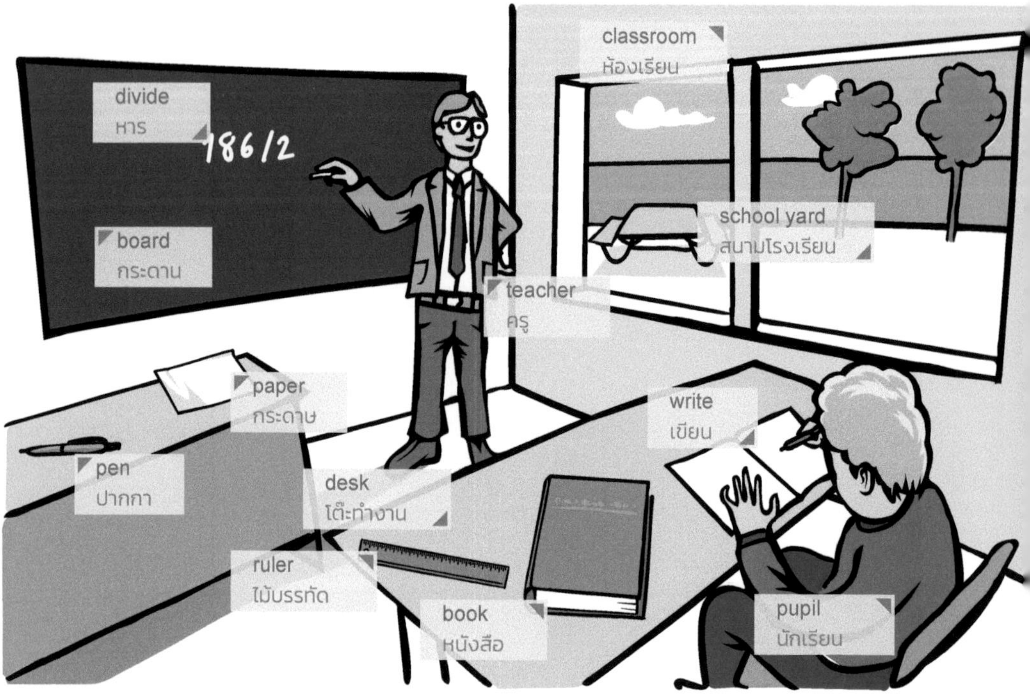

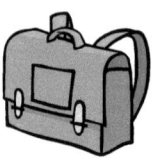

satchel

กระเป๋าหนังสือ

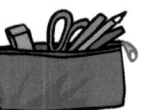

pencil case

กล่องดินสอ

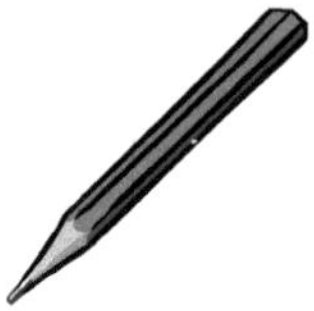

pencil

ดินสอ

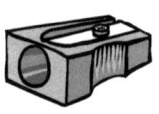

pencil sharpener

กบเหลาดินสอ

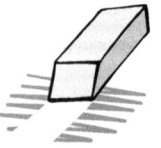

rubber

ยางลบ

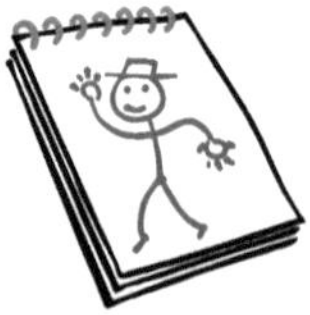

drawing pad

สมุดวาดภาพ

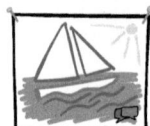

drawing

ภาพวาด

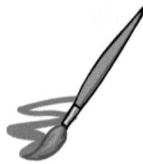

paintbrush

พู่กัน

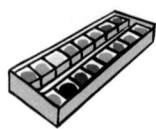

paint box

กล่องสี

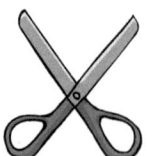

scissors

กรรไกร

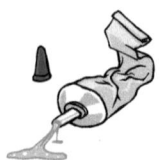

glue

กาว

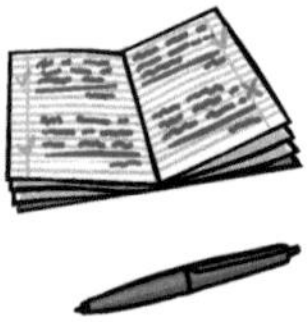

exercise book

สมุดแบบฝึกหัด

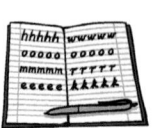

homework

การบ้าน

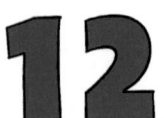

number

ตัวเลข

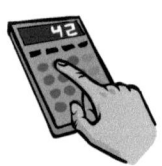

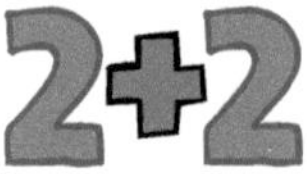

add

บวก

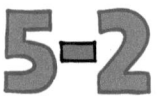

subtract

ลบ

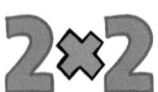

multiply

คูณ

calculate

คำนวณ

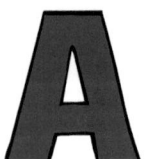

letter

ตัวอักษร

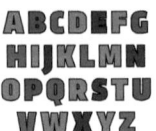

alphabet

อักษรพยัญชนะ

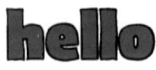

word

คำ

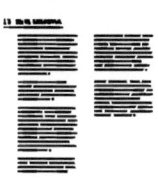

text

ข้อความ

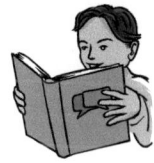

read

อ่าน

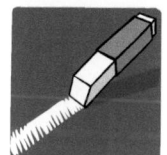

chalk

ชอล์ก

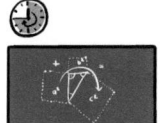

lesson

บทเรียน

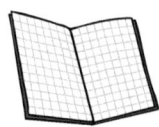

register

ลงทะเบียน

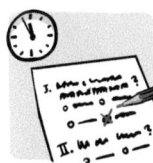

examination

การสอบ

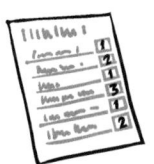

certificate

ใบรับรอง

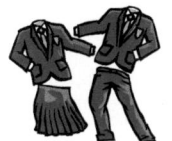

school uniform

ชุดนักเรียน

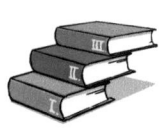

education

การศึกษา

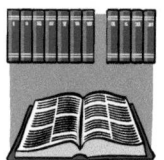

encyclopedia

สารานุกรม

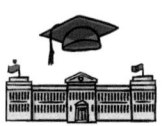

university

มหาวิทยาลัย

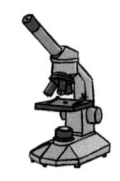

microscope

กล้องจุลทรรศน์

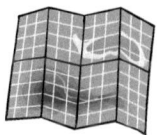

map

แผนที่

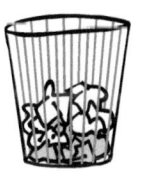

waste-paper basket

ตะกร้าใส่เศษกระดาษที่ไม่ใช้แล้ว

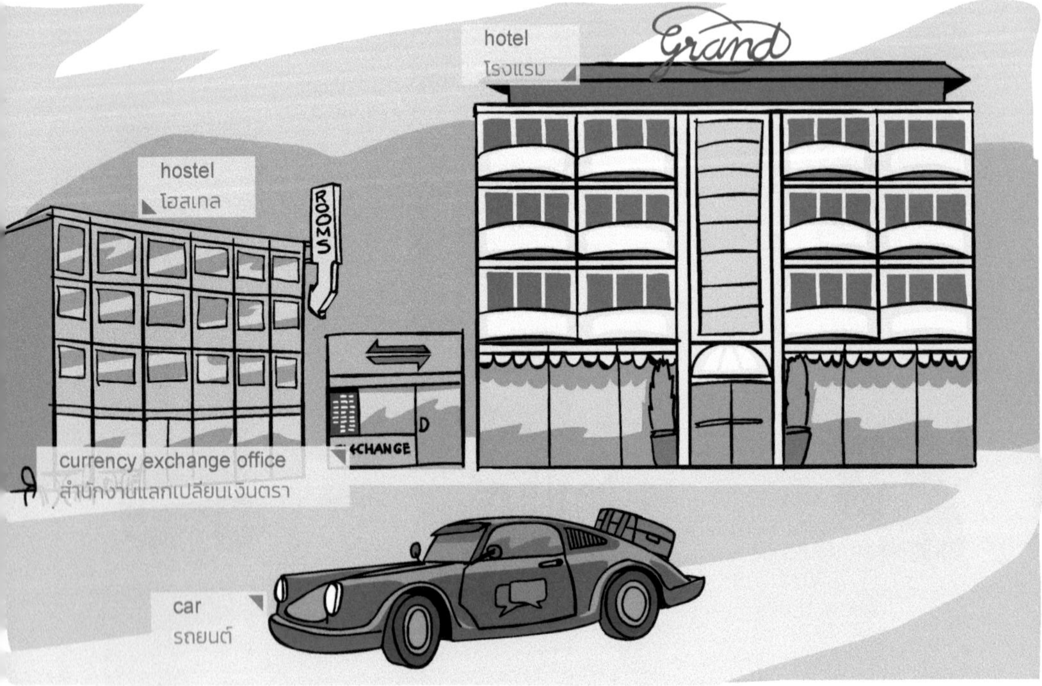

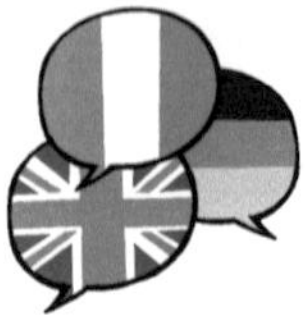

hotel
โรงแรม
Grand
hostel
โฮสเทล
ROOMS
EXCHANGE
currency exchange office
สำนักงานแลกเปลี่ยนเงินตรา
car
รถยนต์

language

ภาษา

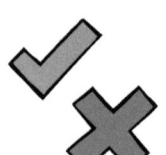

yes / no

ใช่/ไม่ใช่

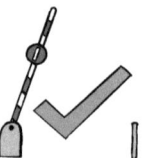

Okay

ตกลง

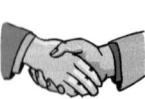

hello

สวัสดี

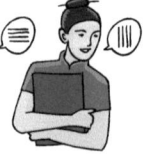

translator

นักแปล

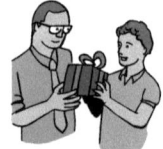

Thank you

ขอบคุณ

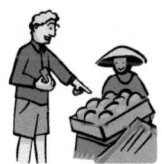

how much is...?

ราคาเท่าไหร่...?

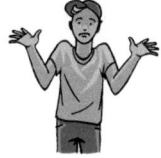

I don´t get it

ฉันไม่เข้าใจ

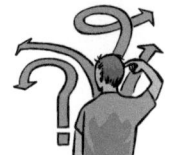

problem

ปัญหา

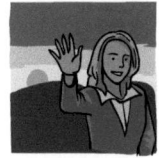

Good evening!

สวัสดีตอนเย็น

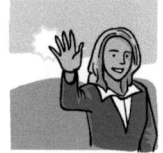

Good morning!

สวัสดีตอนเช้า

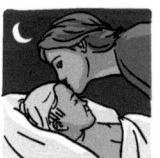

Good night!

ราตรีสวัสดิ์

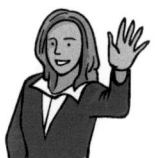

goodbye

แล้วพบกันใหม่

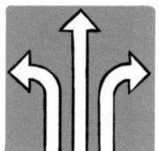

direction

ทิศทาง

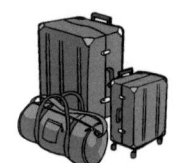

luggage

กระเป๋าเดินทาง

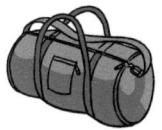

bag

กระเป๋า

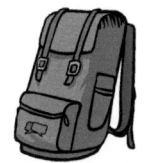

backpack

กระเป๋าสะพายหลัง

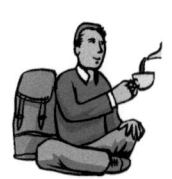

guest

แขก

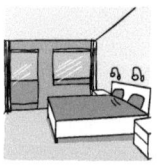

room

ห้อง

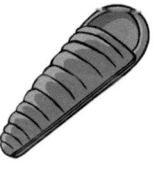

sleeping bag

ถุงนอน

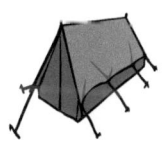

tent

เต้นท์

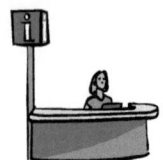

tourist information

ข้อมูลนักท่องเที่ยว

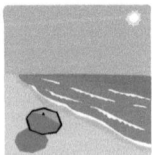

beach

ชายหาด

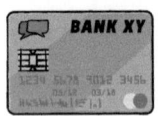

credit card

บัตรเครดิต

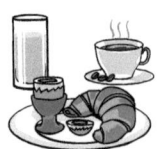

breakfast

มื้อเช้า

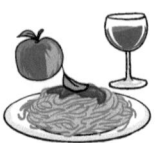

lunch

มื้อกลางวัน

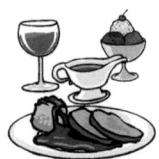

dinner

มื้อเย็น

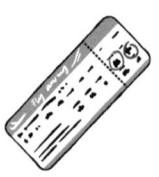

Ticket

ตั๋ว

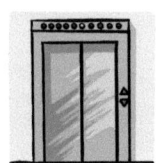

elevator

ลิฟต์

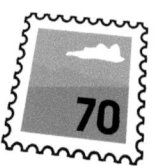

stamp

แสตมป์

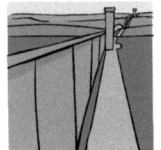

border

พรมแดน

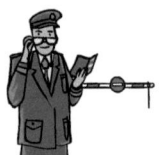

customs

ภาษีศุลกากร

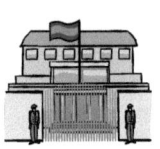

embassy

สถานทูต

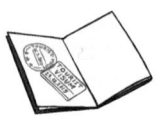

visa

วีซ่า

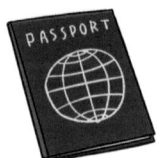

passport

พาสปอร์ต

transport
ขนส่ง

ship
เรือใหญ่
fire truck
รถดับเพลิง
bus
รถโดยสารประจำ
truck
รถบรรทุก
motorboat
เรือยนต์
bike
จักรยาน/จักรยานยนต์
car
รถยนต์

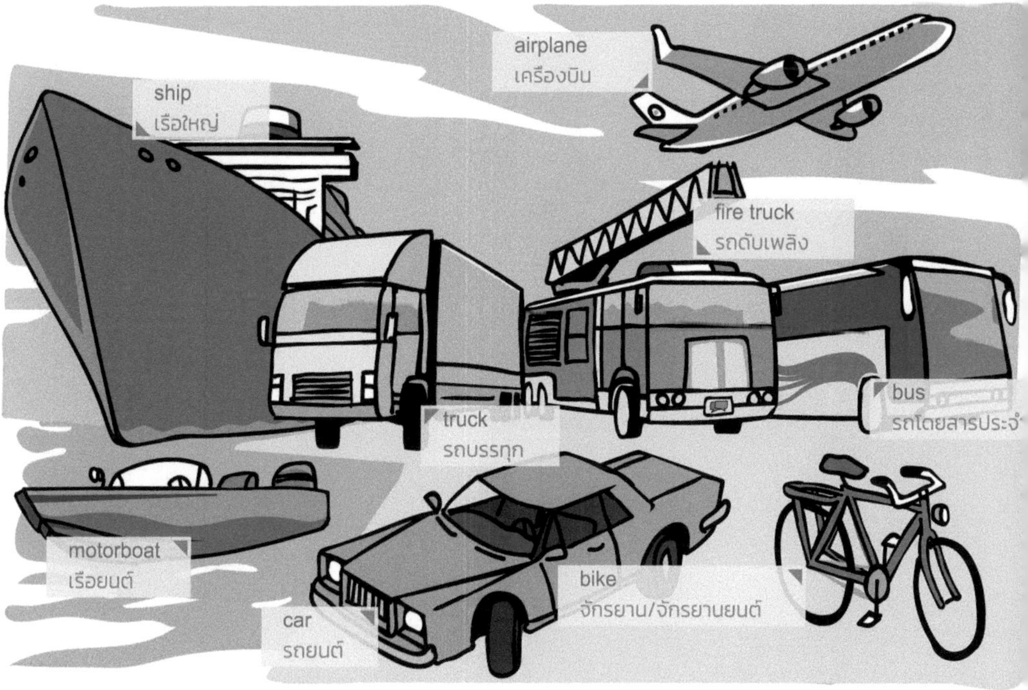

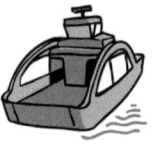

ferry

เรือข้ามฟาก

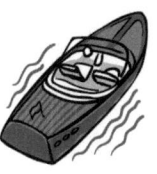

boat

เรือ

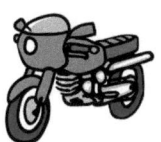

motorbike

รถจักรยานยนต์

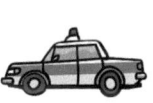

police car

รถตำรวจ

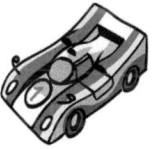

racing car

รถแข่ง

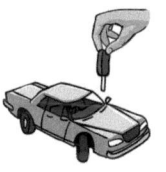

rental car

รถเช่า

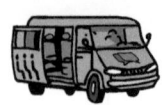

car sharing

การแบ่งกันใช้รถยนต์

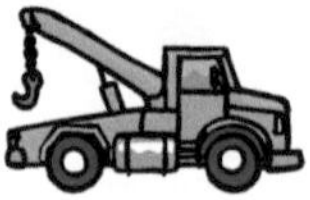

tow truck

รถลาก

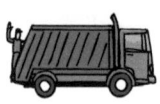

garbage truck

รถขยะ

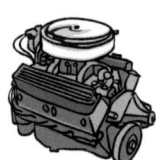

engine

เครื่องยนต์

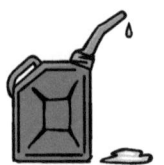

fuel

เชื้อเพลิง

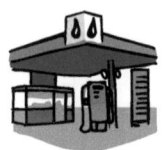

fuel station

ปั้มน้ำมัน

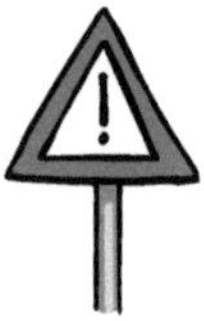

traffic sign

เครื่องหมายจราจร

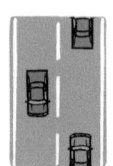

traffic

การจราจร

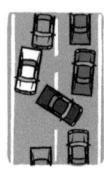

traffic jam

การจราจรติดขัด

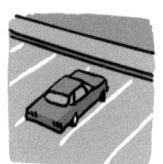

parking lot

ที่จอดรถ

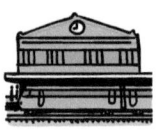

train station

สถานีรถไฟ

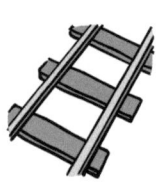

tracks

รางรถไฟ

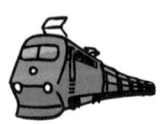

train

รถไฟ

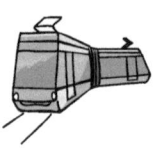

tram

รถราง

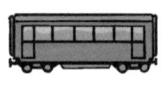

wagon

ตู้รถไฟ

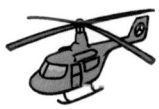

helicopter

เฮลิคอปเตอร์

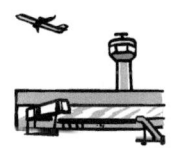

airport

สนามบิน

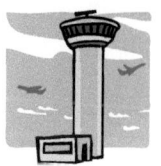

tower

หอคอย

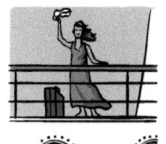

passenger

ผู้โดยสาร

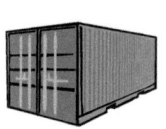

container

ตู้บรรจุสินค้า

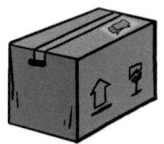

carton

กล่องกระดาษ

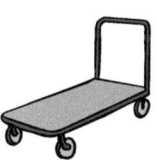

cart

รถเข็น/รถลาก

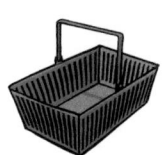

basket

ตะกร้า

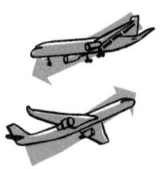

take off / land

บินขึ้น/ ลงจอด

city

เมือง

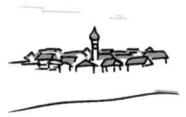

village

หมู่บ้าน

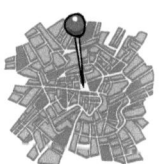

city center

ใจกลางเมือง

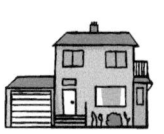

house

บ้าน

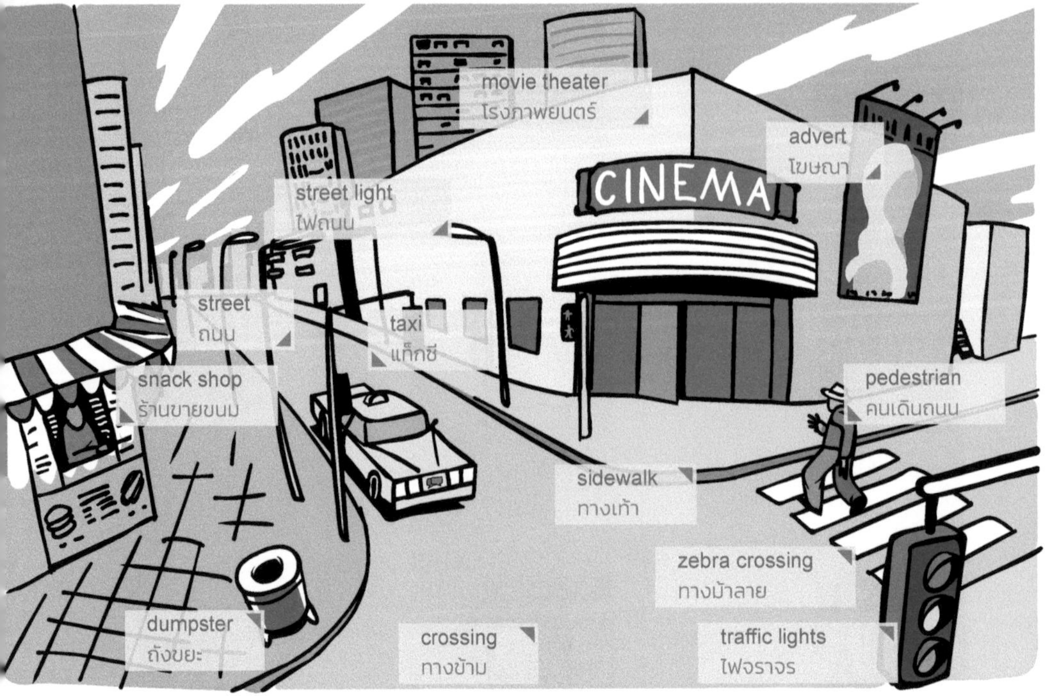

movie theater
โรงภาพยนตร์

advert
โฆษณา

street light
ไฟถนน

CINEMA

street
ถนน

taxi
แท็กซี่

snack shop
ร้านขายขนม

pedestrian
คนเดินถนน

sidewalk
ทางเท้า

zebra crossing
ทางม้าลาย

dumpster
ถังขยะ

crossing
ทางข้าม

traffic lights
ไฟจราจร

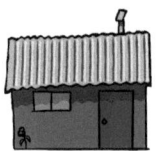

hut

กระท่อม

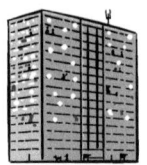

apartment

แฟลต

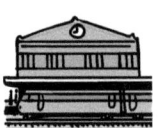

train station

สถานีรถไฟ

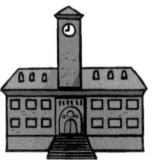

city hall

ศาลากลางจังหวัด

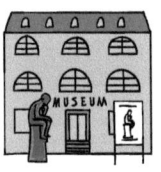

museum

พิพิธภัณฑ์

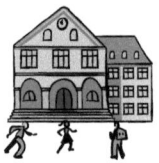

school

โรงเรียน

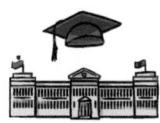

university

มหาวิทยาลัย

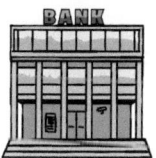

bank

ธนาคาร

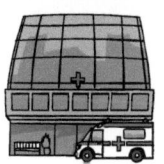

hospital

โรงพยาบาล

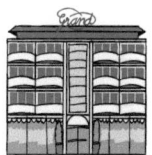

hotel

โรงแรม

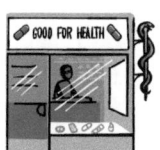

pharmacy

ร้านขายยา

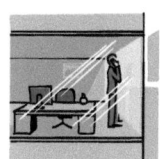

office

สำนักงาน

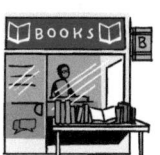

book shop

ร้านขายหนังสือ

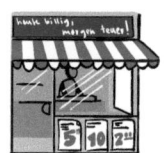

shop

ร้านค้า

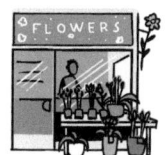

flower shop

ร้านขายดอกไม้

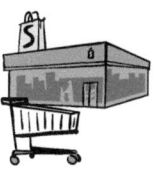

supermarket

ซูเปอร์มาร์เก็ต

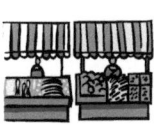

market

ตลาด

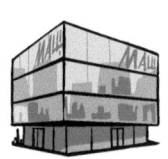

department store

ห้างสรรพสินค้า

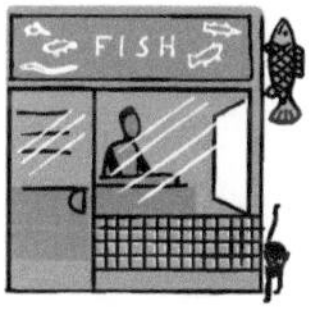

fishmonger's shop

ร้านขายปลา

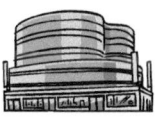

mall

ศูนย์การค้า

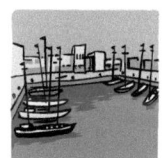

harbor

ท่าเรือ

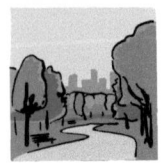

park

สวนสาธารณะ

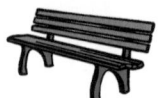

bench

ม้านั่ง

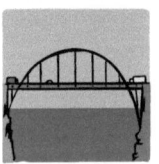

bridge

สะพาน

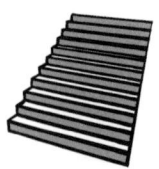

stairs

บันได

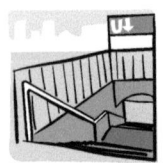

subway

รถไฟใต้ดิน

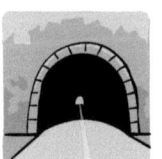

tunnel

อุโมงค์

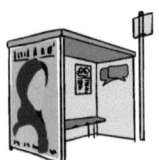

bus stop

ป้ายรถเมล์

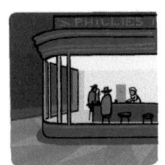

bar

บาร์

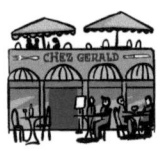

restaurant

ร้านอาหาร

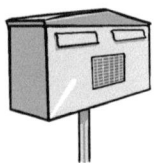

postbox

ตู้ไปรษณีย์

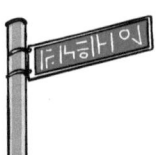

street sign

ป้ายชื่อถนน

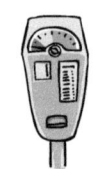

parking meter

มิเตอร์เก็บค่าจอดรถ

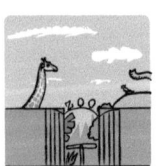

zoo

สวนสัตว์

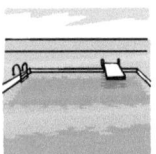

swimming pool

สระว่ายน้ำ

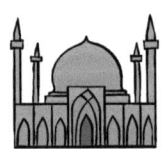

mosque

สุเหร่า/มัสยิด

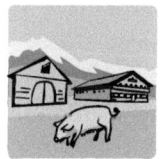

farm

ฟาร์ม

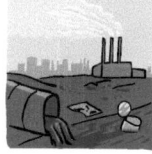

pollution

มลพิษ

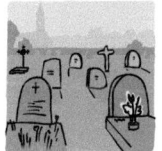

cemetery

สุสาน

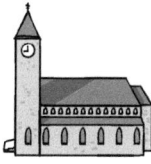

church

โบสถ์

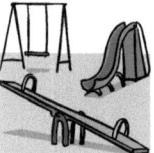

playground

สนามเด็กเล่น

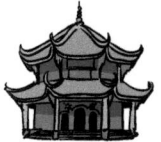

temple

วัด

landscape

ภูมิประเทศ

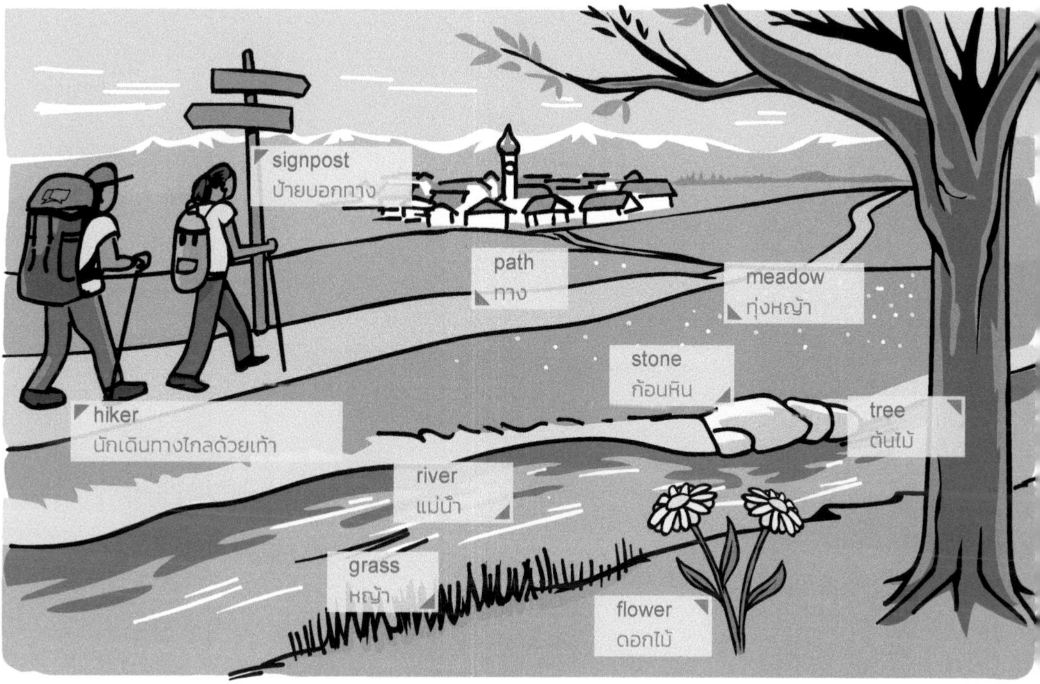

signpost
ป้ายบอกทาง

path
ทาง

meadow
ทุ่งหญ้า

stone
ก้อนหิน

tree
ต้นไม้

hiker
นักเดินทางไกลด้วยเท้า

river
แม่น้ำ

grass
หญ้า

flower
ดอกไม้

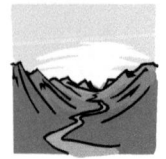

valley

หุบเขา

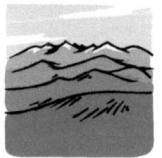

hill

เนินเขา

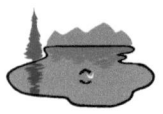

lake

ทะเลสาบ

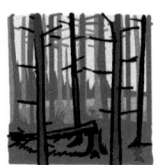

forest

ป่า

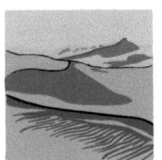

desert

ทะเลทราย

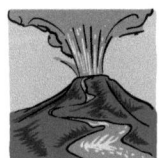

volcano

ภูเขาไฟ

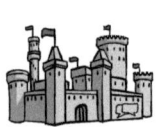

castle

คฤหาสน์

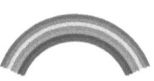

rainbow

รุ้งกินน้ำ

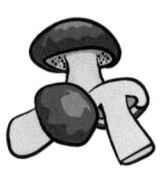

mushroom

เห็ด

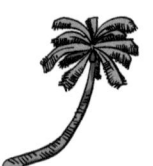

palm tree

ต้นปาล์ม

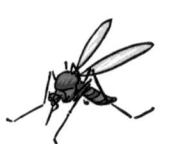

mosquito

ยุง

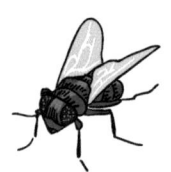

fly

แมลงวัน

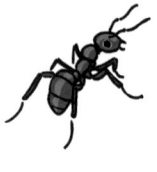

ant

มด

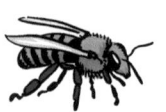

bee

ผึ้ง

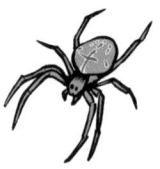

spider

แมงมุม

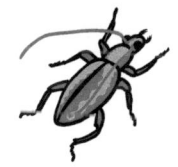

beetle

แมลงปีกแข็ง

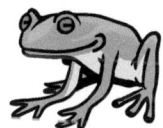

frog

กบ

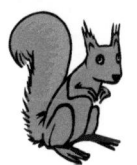

squirrel

กระรอก

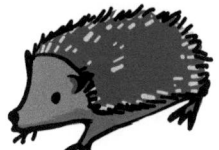

hedgehog

เม่น

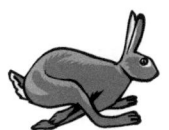

hare

กระต่ายป่า

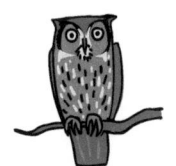

owl

นกฮูก

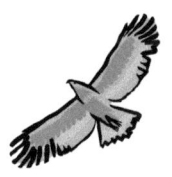

bird

นก

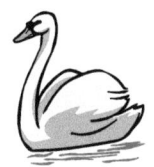

swan

หงส์

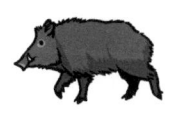

boar

หมูป่าตัวผู้

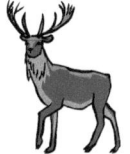

deer

กวาง

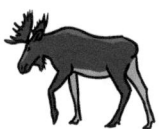

moose

กวางมูส

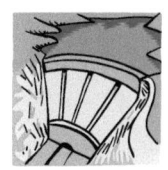

dam

เขื่อน

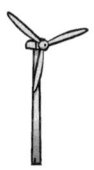

wind turbine

กังหันลม

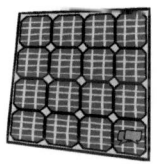

solar panel

แผงโซล่าเซลล์

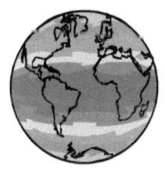

climate

สภาพอากาศ

restaurant
ร้านอาหาร

menu
รายการอาหาร
chair
เก้าอี้
soup
ซุป
pizza
พิซซ่า
tablecloth
ผ้าปูโต๊ะ
cutlery
เครื่องใช้บนโต๊ะอาหาร

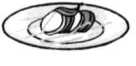

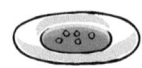

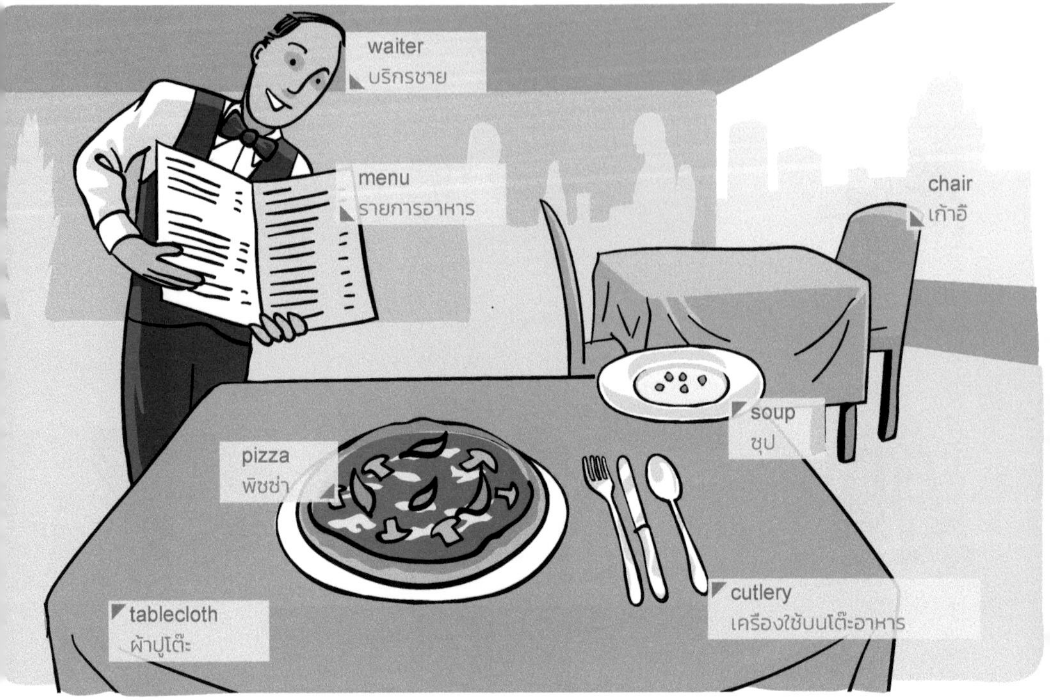

starter
อาหารเรียกน้ำย่อย

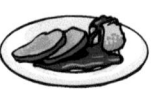

main course
อาหารจานหลัก

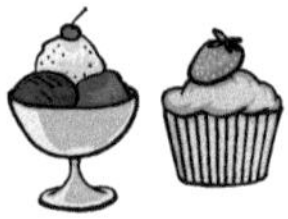

dessert
ของหวาน

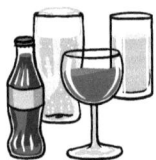

drinks
เครื่องดื่ม

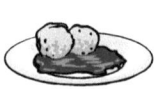

food
อาหาร

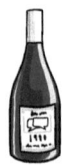

bottle
ขวด

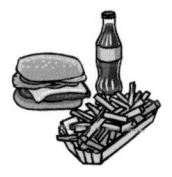

fast food

อาหารจานด่วน

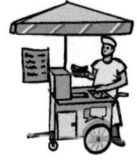

street food

ร้านข้างถนน

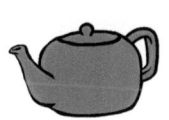

teapot

กาน้ำชา

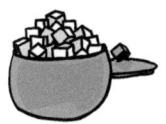

sugar bowl

โถใส่น้ำตาล

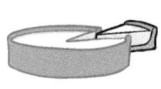

portion

ส่วนแบ่งอาหารสำหรับหนึ่งคน

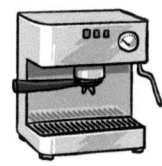

espresso machine

เครื่องชงกาแฟเอสเปรสโซ่

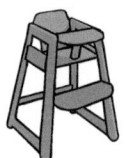

high chair

เก้าอี้สูง

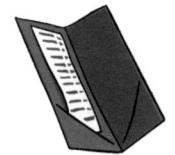

bill

ใบเสร็จ

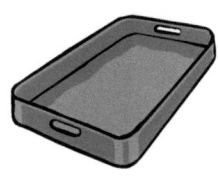

tray

ถาด

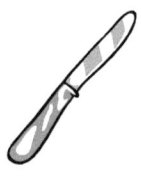

knife

มีด

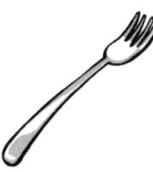

fork

ส้อม

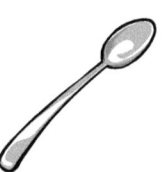

spoon

ช้อน

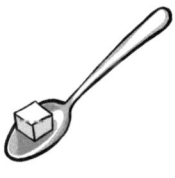

teaspoon

ช้อนชา

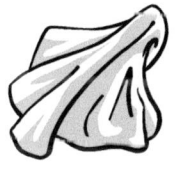

serviette

ผ้าเช็ดปากบนโต๊ะอาหาร

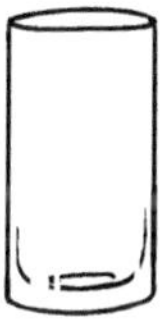

glass

แก้วน้ำ

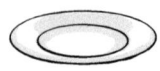

plate

จาน

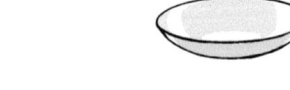

soup plate

จานซุป

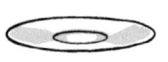

saucer

จานรอง

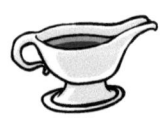

sauce

ซอส

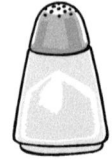

salt shaker

กระปุกเกลือ

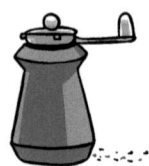

pepper mill

กระปุกบดพริกไทย

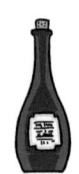

vinegar

น้ำส้มสายชู

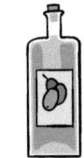

oil

น้ำมันที่ใช้ปรุงอาหาร

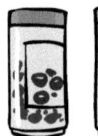

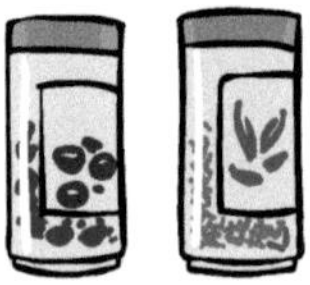

spices

เครื่องเทศ

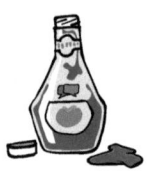

ketchup

ซอสมะเขือเทศ

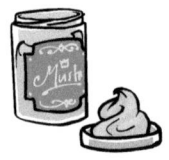

mustard

มัสตาร์ด

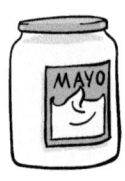

mayonnaise

มายองเนส

supermarket
ซูเปอร์มาร์เก็ต

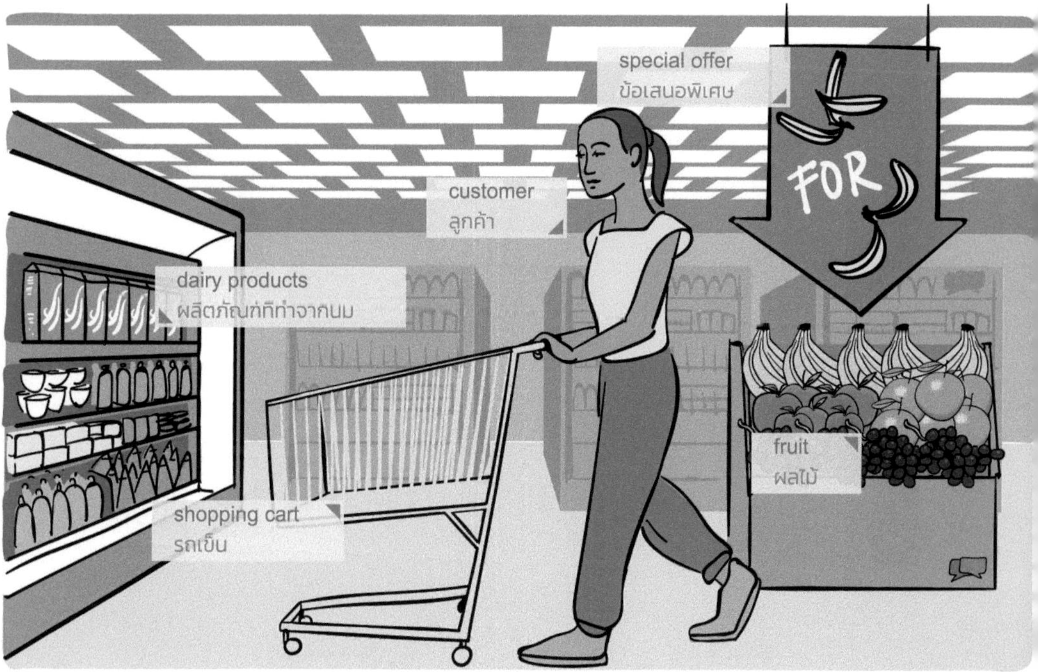

special offer
ข้อเสนอพิเศษ
FOR
customer
ลูกค้า
dairy products
ผลิตภัณฑ์ที่ทำจากนม
fruit
ผลไม้
shopping cart
รถเข็น

BUTCHERS

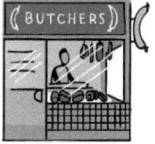

butcher's shop

ร้านขายเนื้อ

BAKERY

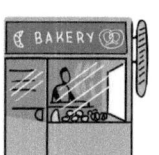

bakery

ร้านขายขนมปัง

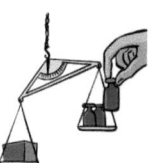

weigh

ชั่งน้ำหนัก

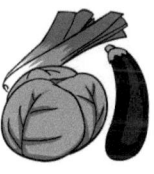

vegetables

ผัก

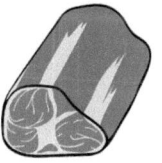

meat

เนื้อ

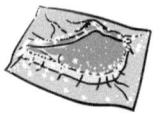

frozen food

อาหารแช่แข็ง

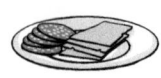

cold cuts

อาหารเนื้อตัดเย็น

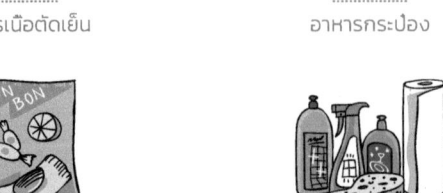

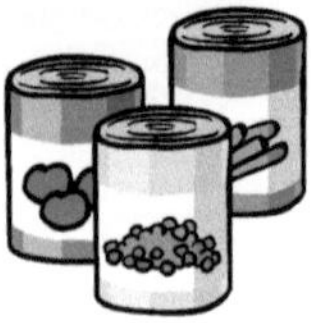

canned food

อาหารกระป๋อง

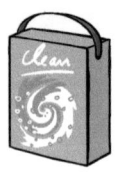

detergent

ผงซักฟอก

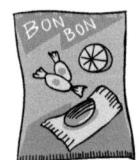

candy

ขนมหวาน/ลูกกวาด

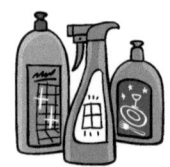

household products

ผลิตภัณฑ์ในครัวเรือน

cleaning products

ผลิตภัณฑ์ทำความสะอาด

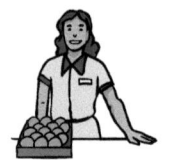

sales representative

พนักงานขายหญิง

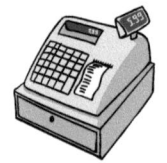

cash register

เครื่องคิดเงิน

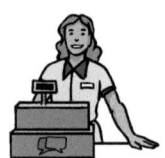

cashier

พนักงานจ่ายเงิน

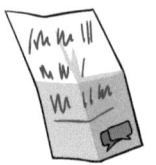

shopping list

รายการซื้อของ

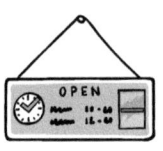

opening hours

เวลาเปิดทำการ

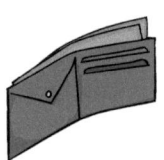

wallet

กระเป๋าสตางค์

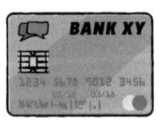

credit card

บัตรเครดิต

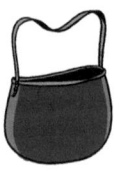

bag

กระเป๋า

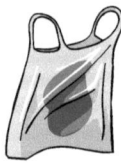

plastic bag

ถุงพลาสติก

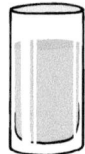

drinks
เครื่องดื่ม

water

น้ำเปล่า

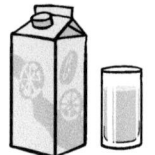

juice

น้ำผลไม้

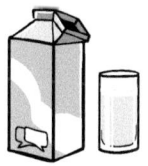

milk

นม

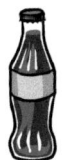

coke

โค้ก

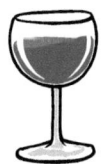

wine

ไวน์

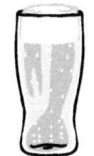

beer

เบียร์

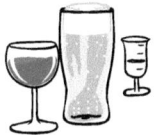

alcohol

แอลกอฮอล์

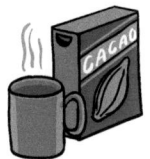

cocoa

โกโก้

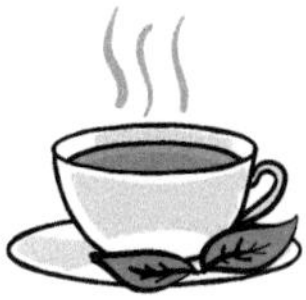

tea

ชา

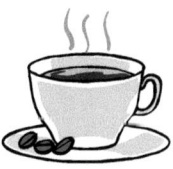

coffee

กาแฟ

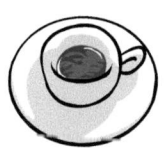

espresso

เอสเปรสโซ่

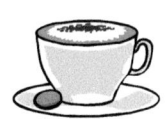

cappuccino

คาปูชิโน่

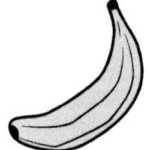

food
อาหาร

banana

กล้วย

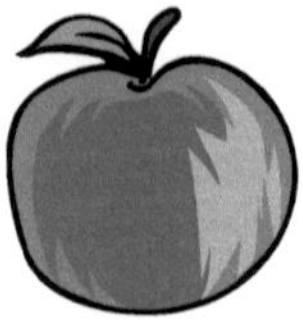

apple

แอปเปิ้ล

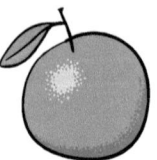

orange

ส้ม

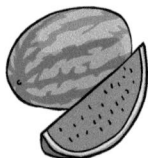

melon

เมลอน

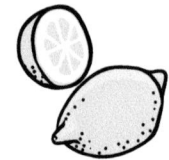

lemon

มะนาว

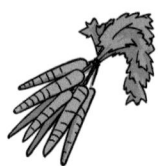

carrot

แครอท

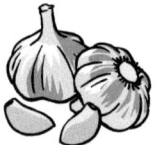

garlic

กระเทียม

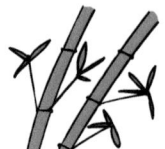

bamboo

ต้นไผ่

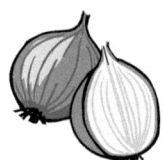

onion

หัวหอม

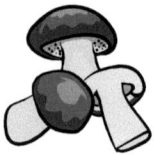

mushroom

เห็ด

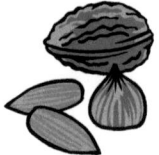

nuts

ถั่ว

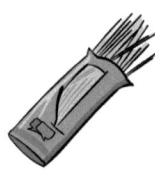

noodles

ก๋วยเตี๋ยว

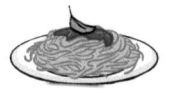

spaghetti

สปาเก็ตตี

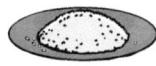

rice

ข้าว

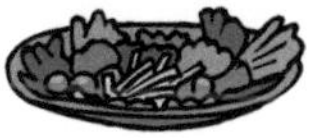

salad

สลัด

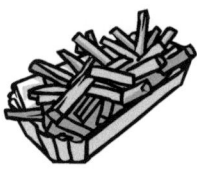

fries

มันฝรั่งทอด

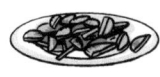

fried potatoes

มันฝรั่งทอด

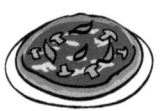

pizza

พิซซ่า

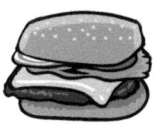

hamburger

แฮมเบอร์เกอร์

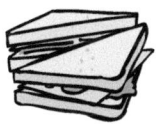

sandwich

แซนด์วิช

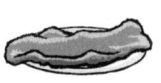

escalope

ชิ้นเนื้อไร้กระดูก

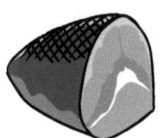

ham

แฮม

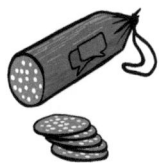

salami

ไส้กรอกแห้งซาลามิ

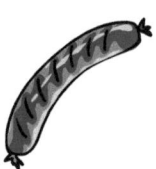

sausage

ไส้กรอก

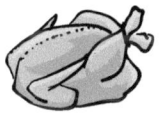

chicken

ไก่

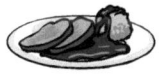

roast

ย่าง/ปิ้ง

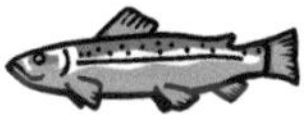

fish

ปลา

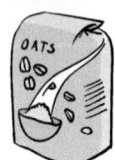

porridge oats

โจ๊กข้าวโอ๊ต

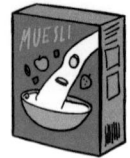

muesli

ธัญพืชอบกรอบ

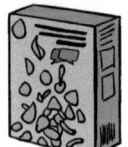

cornflakes

คอร์นเฟล็ค

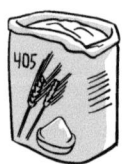

flour

แป้งทำอาหาร

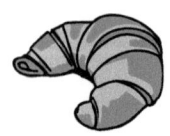

croissant

ครัวซองค์

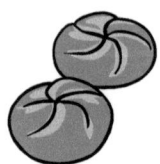

bread roll

ขนมปังสโคน

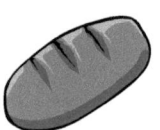

bread

ขนมปัง

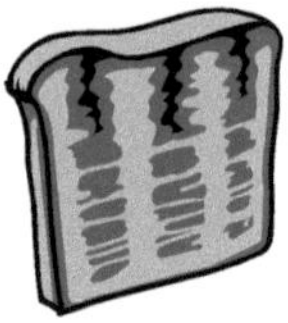

toast

ขนมปังปิ้ง

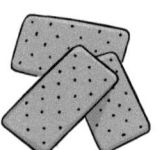

cookies

บิสกิต

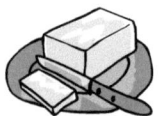

butter

เนย

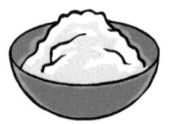

curd

นมข้น

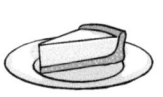

cake

เค้ก

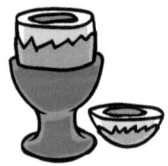

egg

ไข่

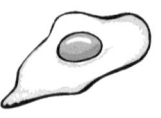

fried egg

ไข่ดาว

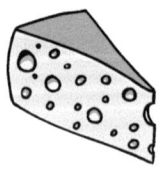

cheese

ชีส

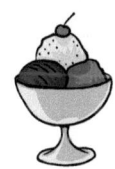

ice cream

ไอศกรีม

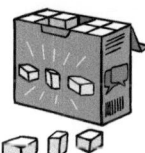

sugar

น้ำตาล

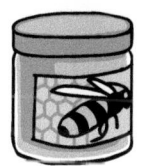

honey

น้ำผึ้ง

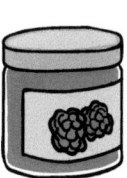

jelly

แยม

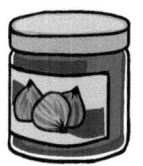

nougat cream

ช็อกโกแลตครีมสเปรด

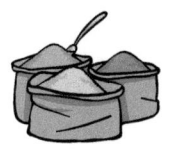

curry

แกงกะหรี่

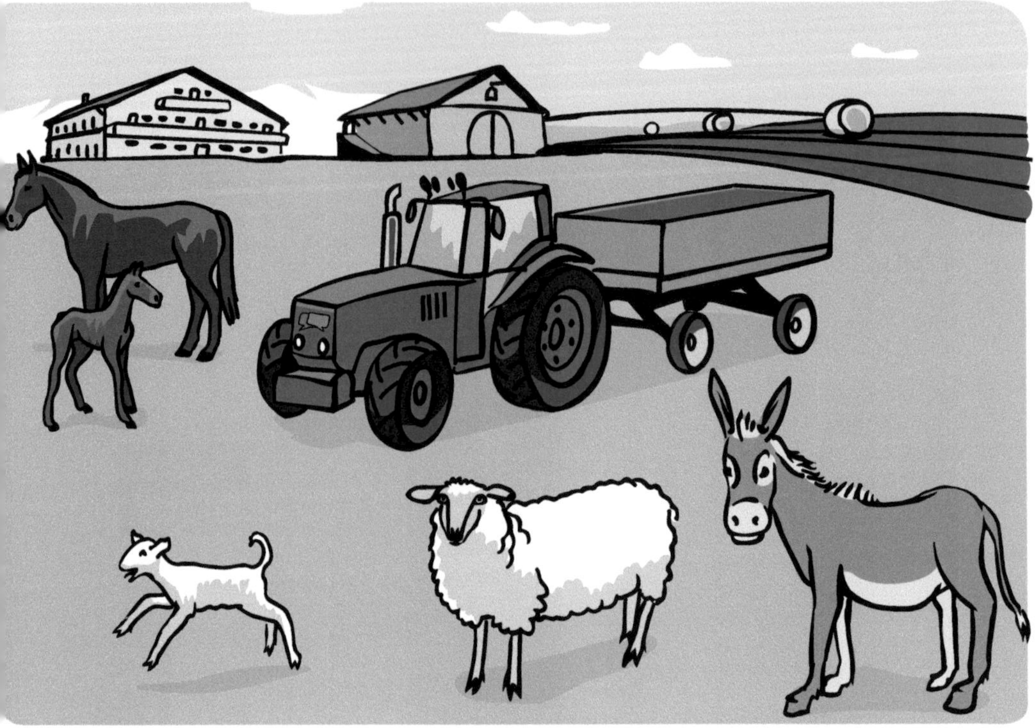

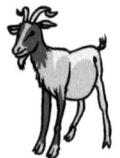

farm
ฟาร์ม

goat

แพะ

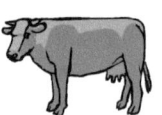

cow

วัวตัวเมีย

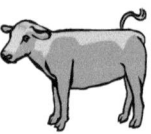

calf

ลูกวัว

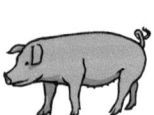

pig

หมู

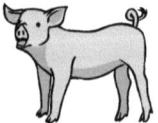

piglet

ลูกหมู

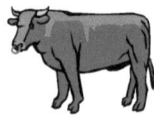

bull

วัวตัวผู้

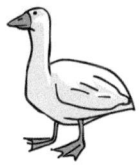

goose

ห่าน

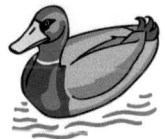

duck

เป็ด

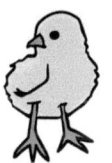

chick

ลูกไก่

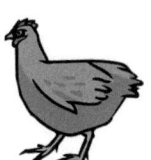

hen

แม่ไก่

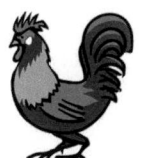

cockerel

ไก่ตัวผู้

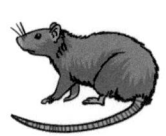

rat

หนู

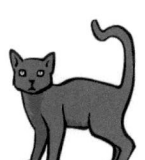

cat

แมว

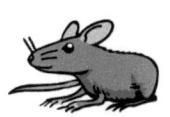

mouse

หนู

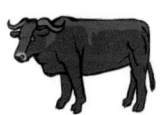

ox

วัวตัวผู้สำหรับใช้แรงงานในฟาร์
ม

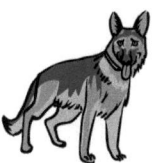

dog

สุนัข

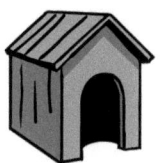

dog house

บ้านสุนัข

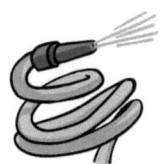

garden hose

สายยางที่ใช้ในสวน

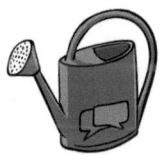

watering can

บัวรดน้ำต้นไม้

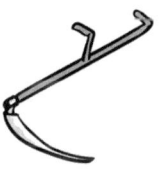

scythe

เคียวด้ามยาว

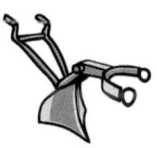

plow

คันไถ

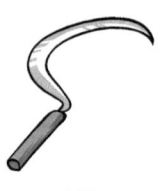

sickle

เคียว

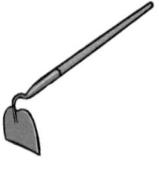

hoe

จอบ

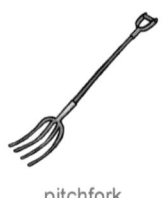

pitchfork

คราด

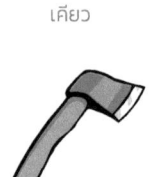

axe

ค้อน

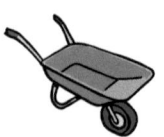

pushcart

รถเข็นล้อเดียว

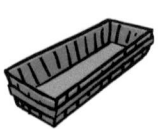

trough

รางน้ำ

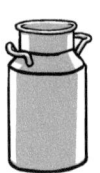

milk can

ถังใส่นม

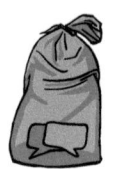

sack

กระสอบ

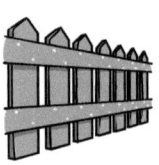

fence

รั้ว

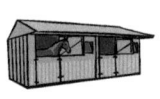

stable

คอกม้า

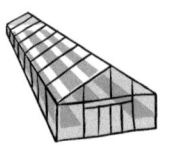

greenhouse

เรือนกระจก

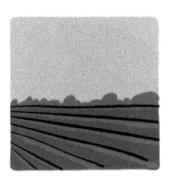

soil

ดิน

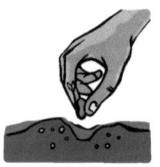

seed

เมล็ดพืช

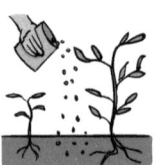

fertilizer

ปุ๋ย

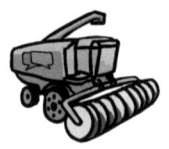

combine harvester

เครื่องเกี่ยวนวดข้าว

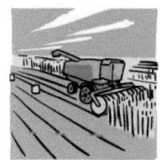

harvest

เก็บเกียว

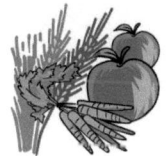

harvest

การเก็บเกียว

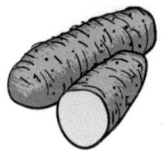

yams

มันเทศ

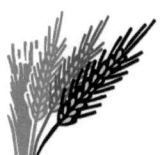

wheat

ข้าวสาลี

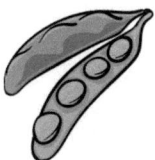

soya

ถั่วเหลือง

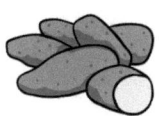

potato

มันฝรั่ง

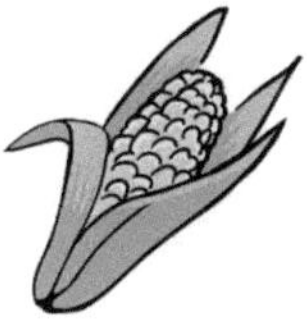

corn

ข้าวโพด

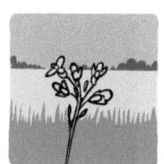

rapeseed

ดอกเรพซีด

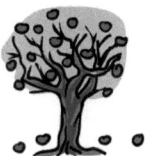

fruit tree

ต้นไม้ที่ออกผล

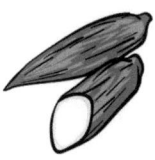

manioc

มันสำปะหลัง

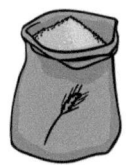

grain

ธัญพืช

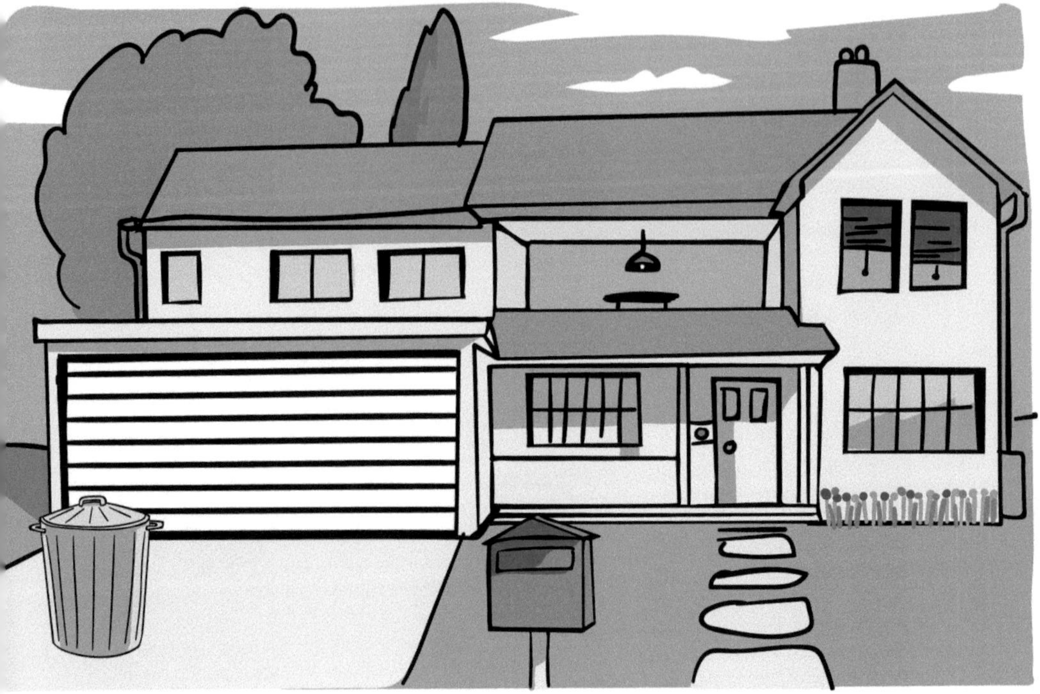

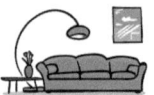

house
บ้าน

living room

ห้องนั่งเล่น

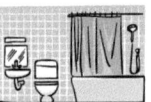

bathroom

ห้องน้ำ

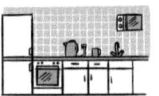

kitchen

ห้องครัว

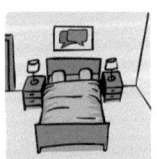

bedroom

ห้องนอน

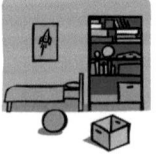

kids room

ห้องพักสำหรับเด็ก

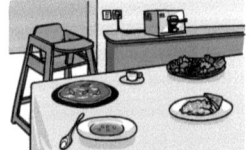

dining room

ห้องอาหาร

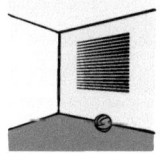

floor

พื้น

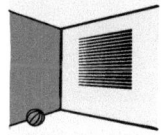

wall

ผนัง

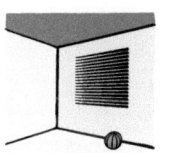

ceiling

เพดาน

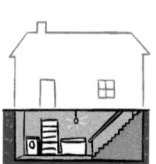

cellar

ห้องเก็บของใต้ดิน

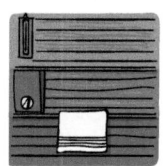

sauna

ซาวน่า

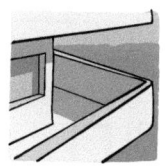

balcony

ระเบียง

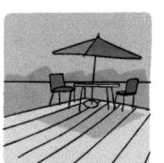

terrace

ลานตะพักลำน้ำ

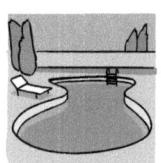

pool

สระว่ายน้ำ

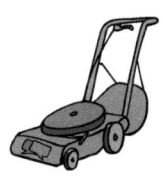

lawn mower

เครื่องตัดหญ้า

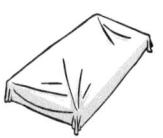

sheet

ผ้าปูที่นอน

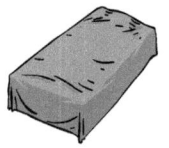

bedspread

ผ้าคลุมเตียง

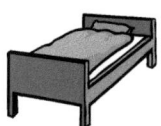

bed

เตียง

broom

ไม้กวาด

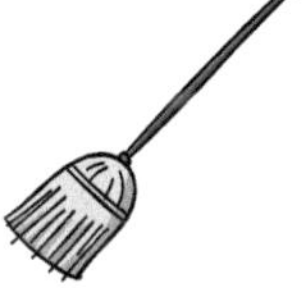

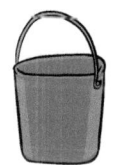

bucket

ถังน้ำ

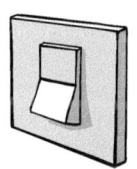

switch

สวิตซ์

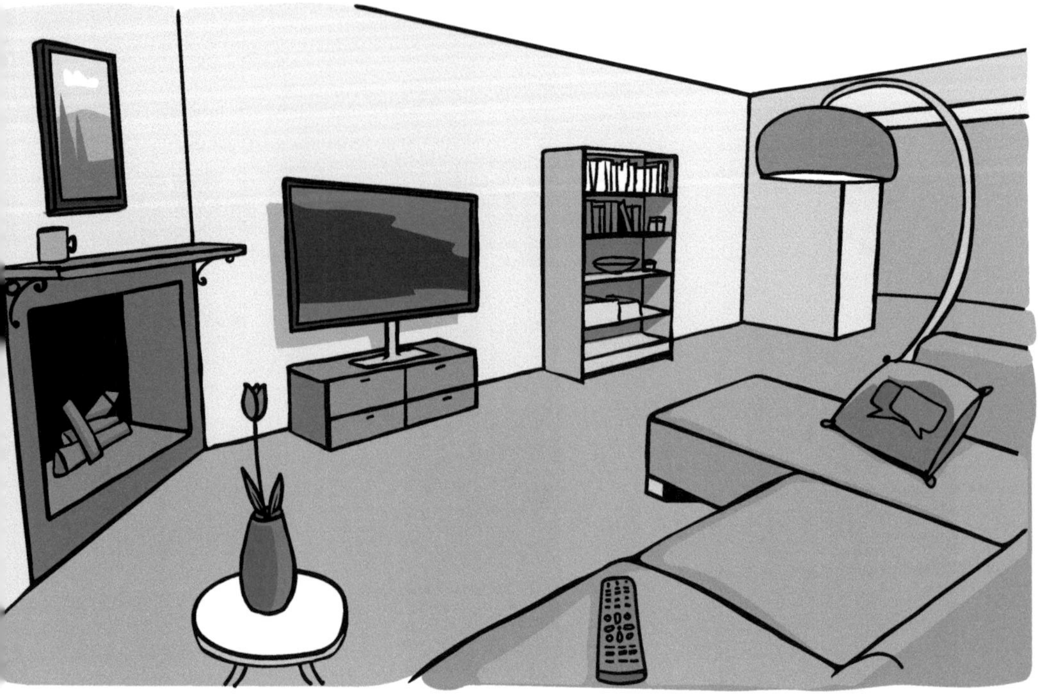

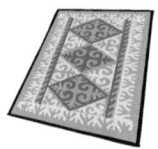

living room

ห้องนั่งเล่น

carpet

พรมเช็ดเท้า

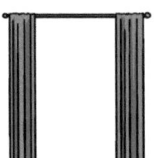

drape

ผ้าม่าน

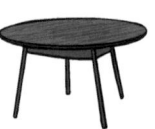

table

โต๊ะ

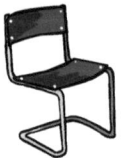

chair

เก้าอี้

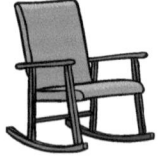

rocking chair

เก้าอี้โยก

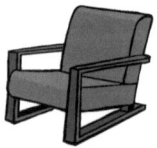

armchair

เก้าอี้ที่มีที่วางแขน

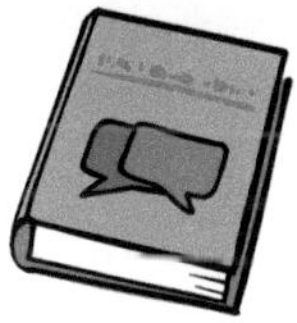

book

หนังสือ

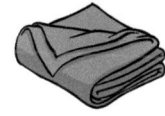

blanket

ผ้าห่ม

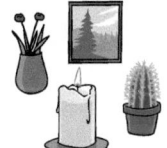

decoration

ของตกแต่ง

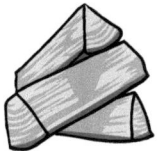

firewood

ฟืน

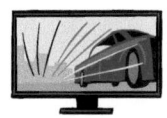

film

ภาพยนตร์

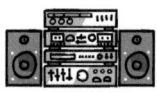

stereo system

เครื่องเสียงระบบไฮไฟ

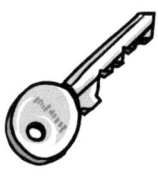

key

กุญแจ

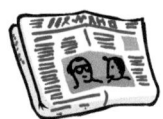

newspaper

หนังสือพิมพ์

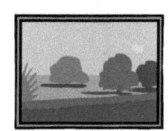

painting

จิตรกรรม

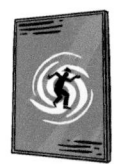

poster

โปสเตอร์

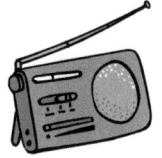

radio

วิทยุ

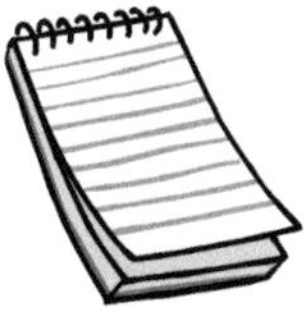

notebook

สมุด

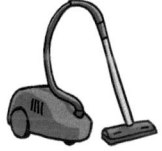

vacuum cleaner

เครื่องดูดฝุ่น

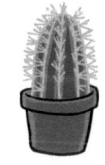

cactus

ตะบองเพชร

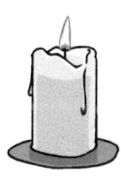

candle

เทียนไข

kitchen
ห้องครัว

fridge
ตู้เย็น
microwave oven
ไมโครเวฟ
เครื่องชั่งน้ำหนักอาหาร
toaster
เครื่องปิ้งขนมปัง
laundry detergent
ผงซักฟอก
stove
เตาอบ
freezer
ช่องแข็งในตู้เย็น
dishwasher
เครื่องล้างจาน

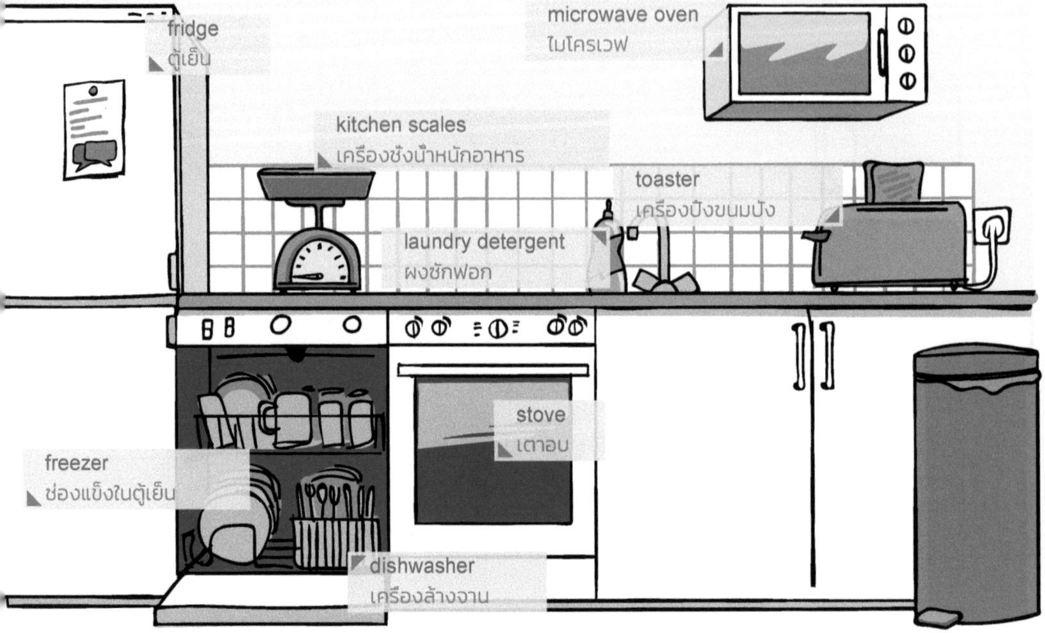

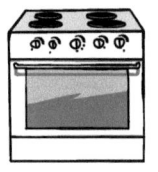

cooker

เตาปรุงอาหาร

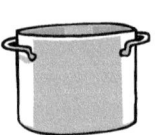

pot

หม้อ

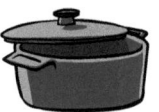

cast-iron pot

หม้อเหล็กหล่อ

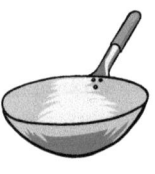

wok / kadai

กระทะจีน

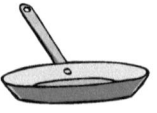

pan

กระทะ

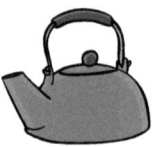

kettle

กาต้มน้ำ

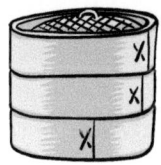

steamer

หม้อไอน้ำ

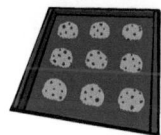

baking tray

ถาดอบ

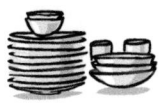

crockery

เครื่องถ้วยชาม

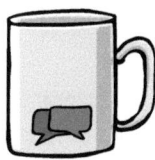

mug

เหยือก

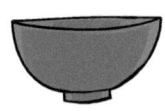

bowl

ชาม

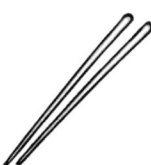

chopsticks

ตะเกียบ

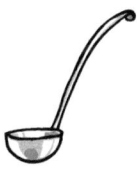

ladle

ทัพพีด้ามยาว

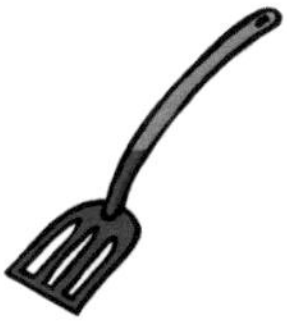

spatula

ตะหลิว

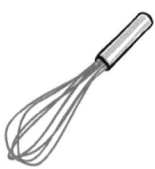

whisk

ที่ตีไข่

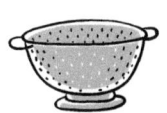

strainer

ที่กรอง

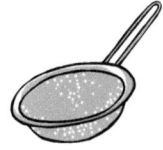

sieve

กระชอน

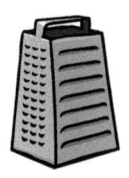

grater

ที่ขูด

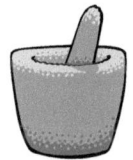

mortar

ครก

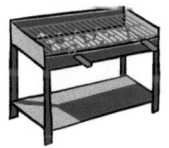

barbecue

บาร์บีคิว

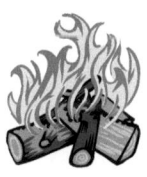

fireplace

แคมป์ไฟถาวร

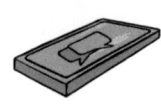

chopping board
เขียง

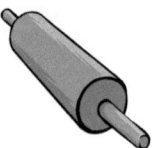

rolling pin
ไม้นวดแป้ง

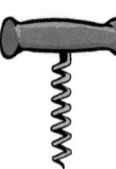

corkscrew
สว่านเปิดจุกขวด

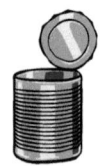
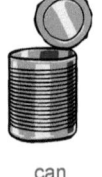

can
กระป๋อง

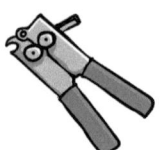

can opener
ที่เปิดกระป๋อง

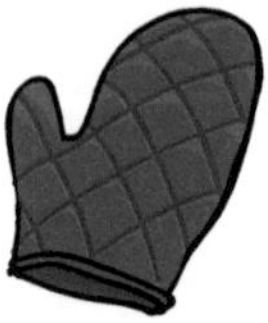

oven cloth
ถุงมือจับของร้อน

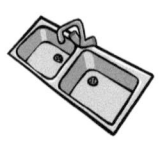

sink
อ่างล้างจาน

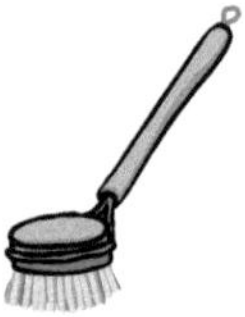

brush
แปรง

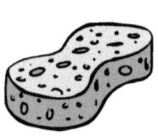

sponge
ฟองน้ำ

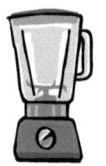

blender
เครื่องปั่น

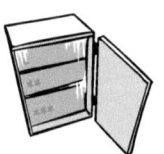

deep freezer
ตู้แช่แข็ง

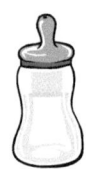

baby bottle
ขวดนม

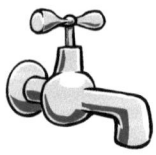

tap
ก๊อกน้ำ

bathroom

ห้องน้ำ

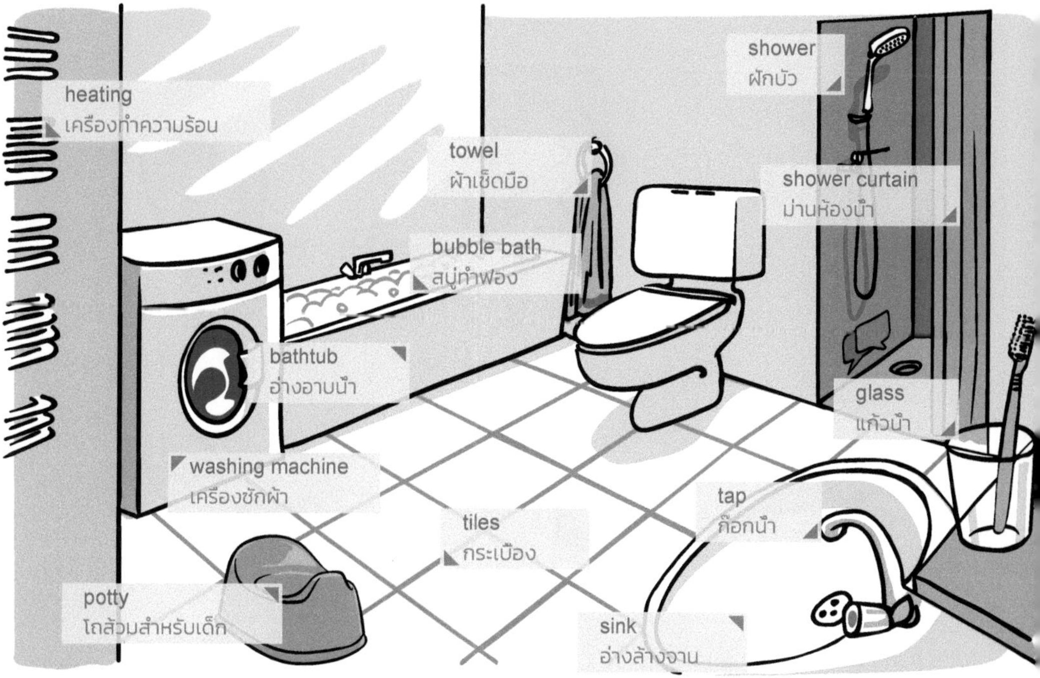

heating
เครื่องทำความร้อน
towel
ผ้าเช็ดมือ
bubble bath
สบู่ทำฟอง
shower
ฝักบัว
shower curtain
ม่านห้องน้ำ
bathtub
อ่างอาบน้ำ
washing machine
เครื่องซักผ้า
glass
แก้วน้ำ
tap
ก๊อกน้ำ
tiles
กระเบื้อง
potty
โถส้วมสำหรับเด็ก
sink
อ่างล้างจาน

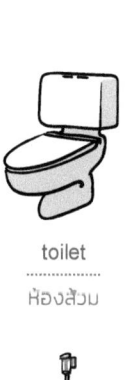

toilet

ห้องส้วม

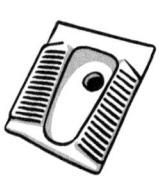

squat toilet

ส้วมนั่งยอง

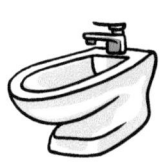

bidet

โถปัสสาวะหญิง

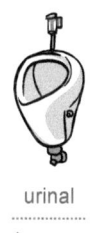

urinal

โถปัสสาวะชาย

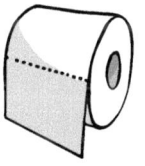

toilet paper

กระดาษชำระสำหรับใช้ในห้องน้ำ

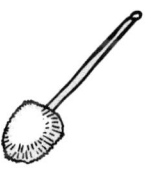

toilet brush

แปรงขัดห้องน้ำ

38 bathroom - ห้องน้ำ

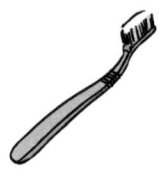

toothbrush

แปรงสีฟัน

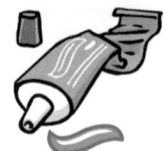

toothpaste

ยาสีฟัน

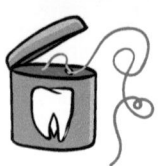

dental floss

ไหมขัดฟัน

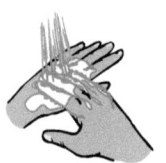

wash

ล้าง

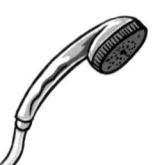

hand shower

ฝักบัวมือ

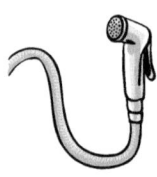

douche

สายฉีดชำระ

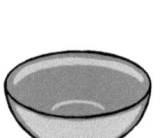

basin

อ่างล้างหน้า

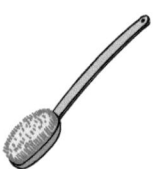

back brush

แปรงถูหลัง

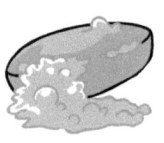

soap

สบู่

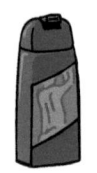

shower gel

เจลอาบน้ำ

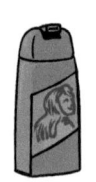

shampoo

แชมพู

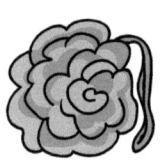

flannel

ผ้าสักหลาด

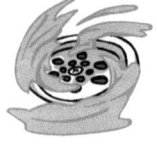

drain

ท่อระบายน้ำทิ้ง

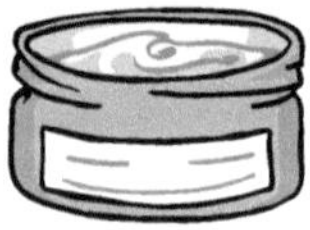

creme

ครีม

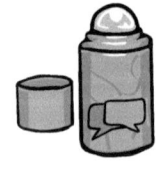

deodorant

ผลิตภัณฑ์ระงับกลิ่นตัว

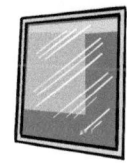

mirror

กระจก

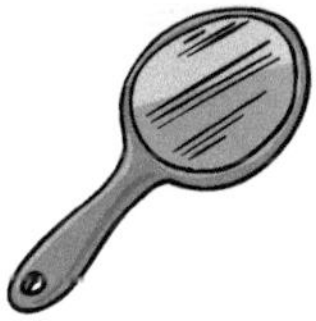

hand mirror

กระจกถือ

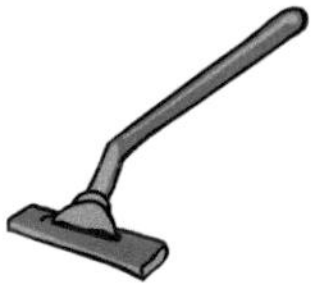

razor

ที่โกนหนวด

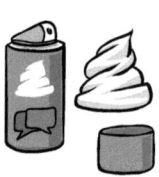
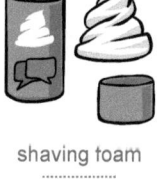

shaving foam

โฟมโกนหนวด

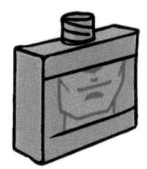

aftershave

โลชั่นบำรุงผิวหลังโกนหนวด

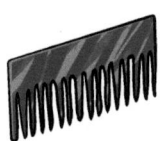

comb

หวี

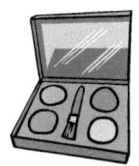

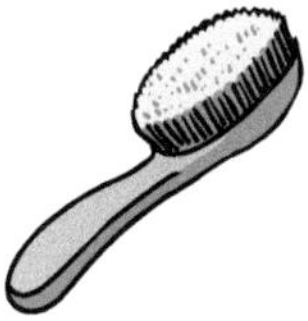

brush

แปรง

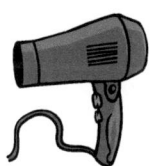

hair-dryer

ไดร์เป่าผม

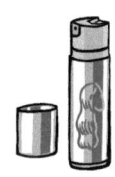

hairspray

สเปรย์ฉีดผม

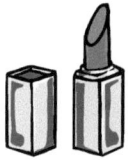

makeup

ชุดเครื่องสำอาง

lipstick

ลิปสติก

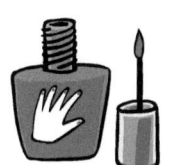

nail varnish

น้ำยาทาเล็บ

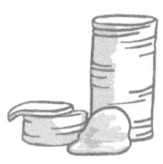

cotton wool

สำลี

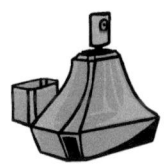

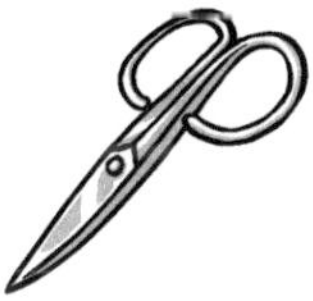

nail scissors

กรรไกรตัดเล็บ

perfume

น้ำหอม

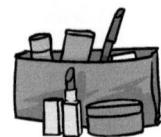

washbag

กระเป๋าอาบน้ำ

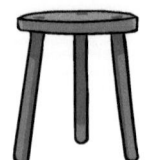

stool

เก้าอี้สามขา

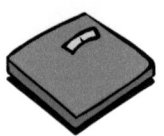

weighing scales

เครื่องชั่งน้ำหนัก

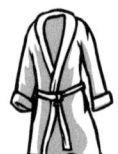

bathrobe

เสื้อคลุมอาบน้ำ

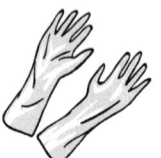

rubber gloves

ถุงมือยาง

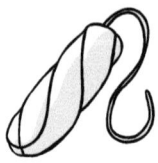

tampon

ผ้าอนามัยแบบสอด

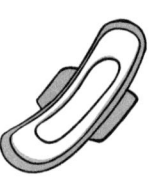

sanitary towel

ผ้าอนามัย

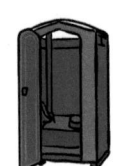

chemical toilet

ส้วมเคมี

kids room
ห้องพักสำหรับเด็ก

alarm clock
นาฬิกาปลุก
cuddly toy
ของเล่นน่ารักน่ากอด
toy car
รถยนต์ของเล่น
rattle
ของเล่นประเภทเขย่าแล้วมีเสียง
doll's house
บ้านตุ๊กตา
present
ของขวัญ

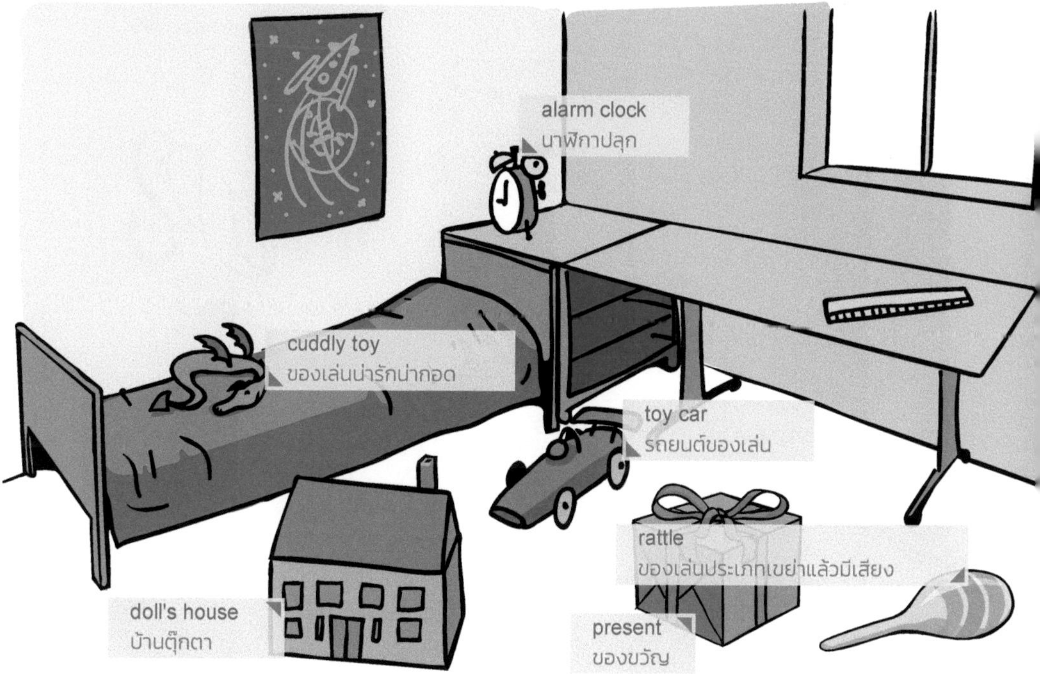

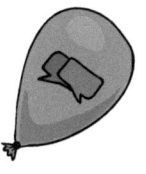

balloon
ลูกโป่ง

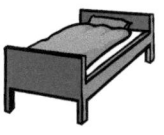

bed
เตียง

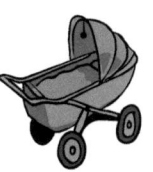

stroller
รถเข็นเด็ก

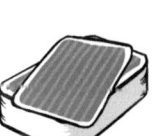

deck of cards
สำรับไพ่

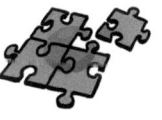

jigsaw
จิ๊กซอว์

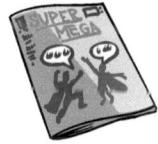

comic
หนังสือการ์ตูน

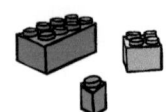

lego bricks

ตัวต่อเลโก้

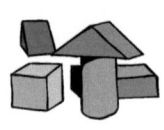

toy blocks

บล็อกของเล่น

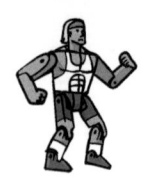

action figure

ฟิกเกอร์แบบขยับท่าทางได้

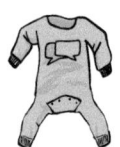

romper suit

เสื้อผ้าทารก

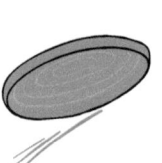

frisbee

จานร่อน

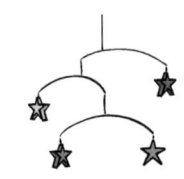

mobile

โมบายแขวนหัวเตียงเด็ก

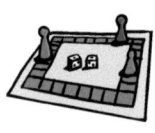

board game

เกมกระดาน

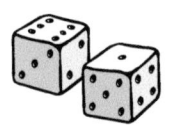

dice

ลูกเต๋า

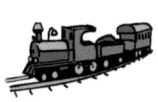

model train set

ชุดรถไฟจำลอง

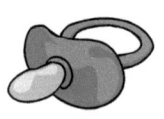

pacifier

หุ่น

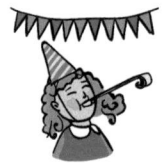

party

ปาร์ตี้

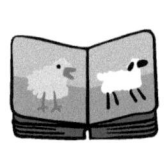

picture book

หนังสือภาพ

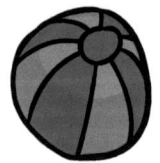

ball

ลูกบอล

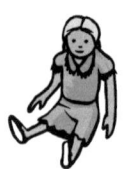

doll

ตุ๊กตา

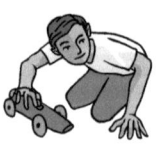

play

เล่น

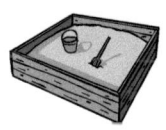

sandpit

หลุมทราย

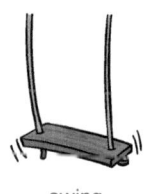

swing

ชิงช้า

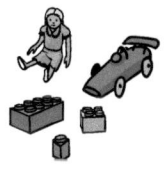

toys

ของเล่น

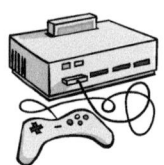

video game console

เครื่องเล่นวิดีโอเกม

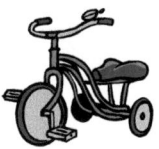

tricycle

รถจักรยานสามล้อ

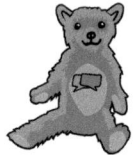

teddy bear

ตุ๊กตาหมี

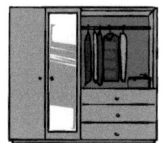

wardrobe

ตู้เสื้อผ้า

clothing

เสื้อผ้า

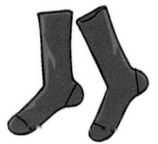

socks

ถุงเท้า

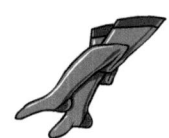

stockings

ถุงน่อง

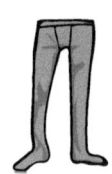

tights

กางเกงรัดรูป

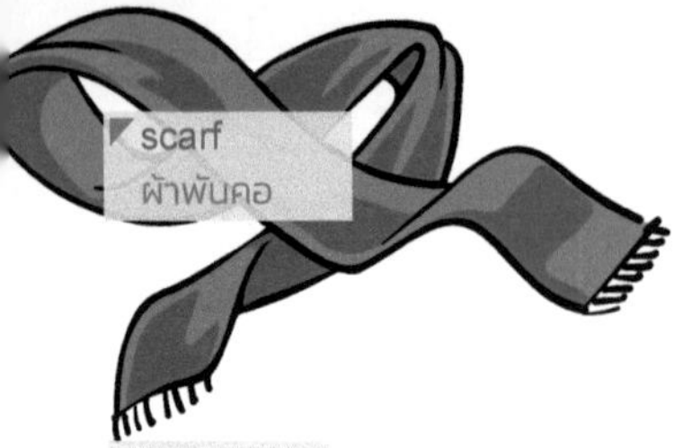

scarf
ผ้าพันคอ

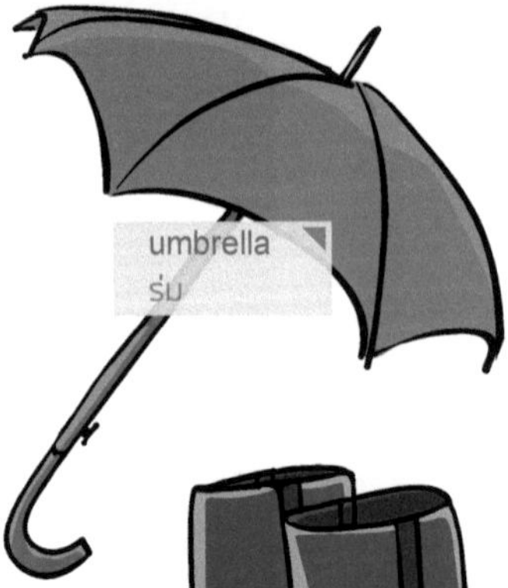

umbrella
ร่ม

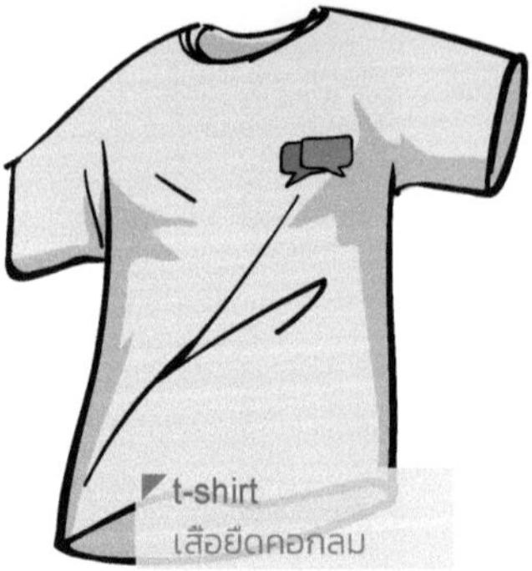

t-shirt
เสื้อยืดคอกลม

belt
เข็มขัด

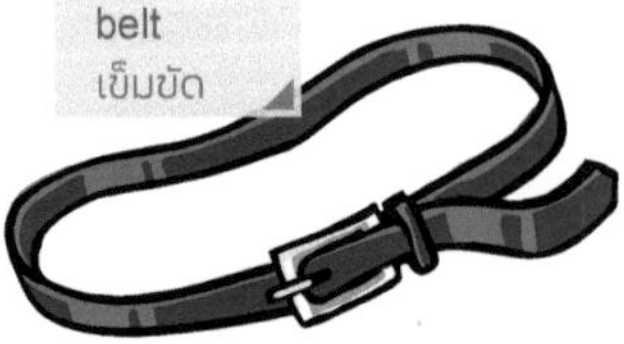

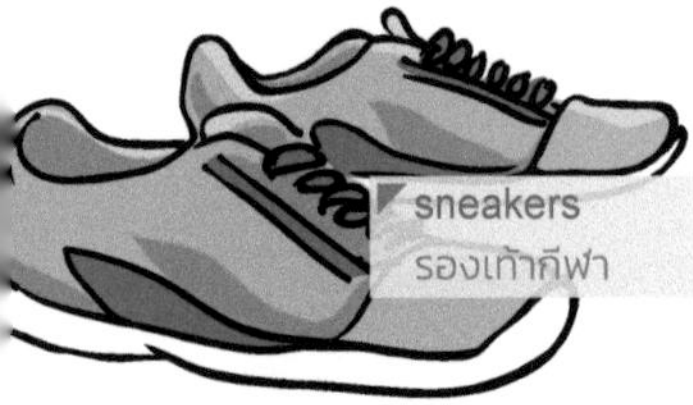

sneakers
รองเท้ากีฬา

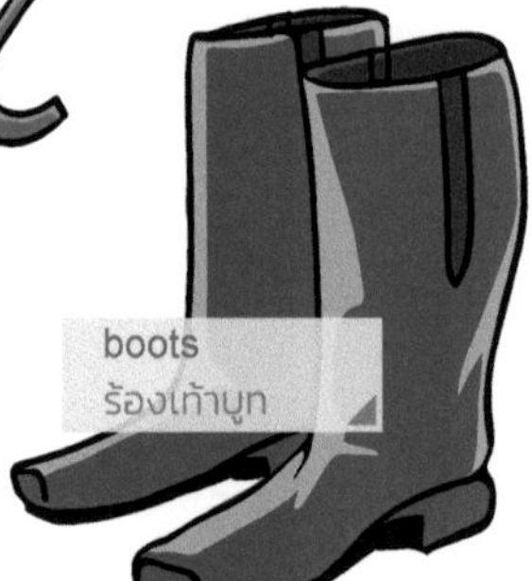

boots
ร้องเท้าบูท

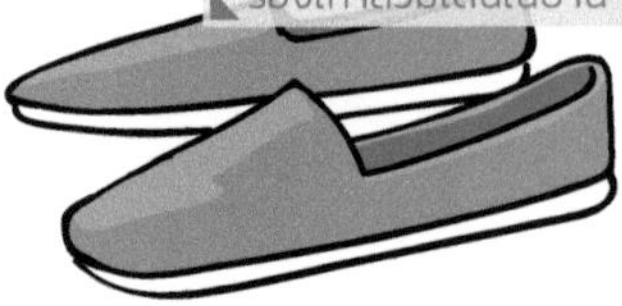

slippers
รองเท้าสวมเดินในบ้าน

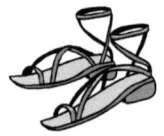

sandals
รองเท้าแตะ

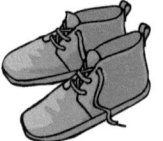

shoes
รองเท้า

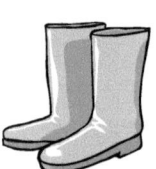

rubber boots
ร้องเท้าบูทยาง

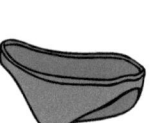

underwear
กางเกงชั้นใน

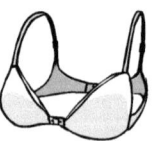

bra
ยกทรง

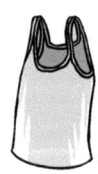

undershirt
เสื้อกล้าม

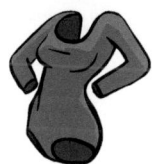

body

เสื้อรัดรูป

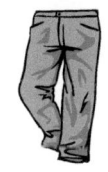

pants

กางเกงขายาว

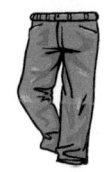

jeans

กางเกงยีน

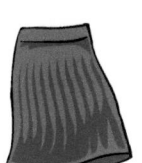

skirt

กระโปรง

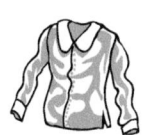

blouse

เสื้อเชิ้ตสตรี

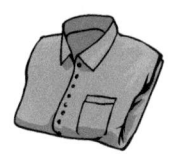

shirt

เสื้อเชิ้ต

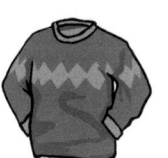

pullover

เสื้อกันหนาว

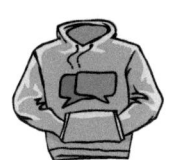

sweater

เสื้อคลุมมีหมวก

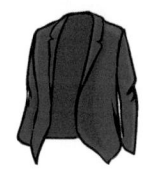

blazer

เสื้อเบลเซอร์

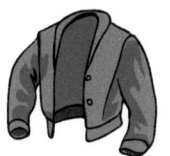

jacket

เสื้อแจ็กเก็ต

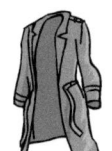

coat

เสื้อโค้ท

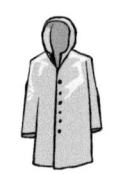

raincoat

เสื้อกันฝน

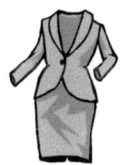

costume

เครื่องแต่งกาย

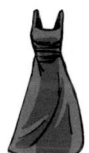

dress

ชุดเดรส

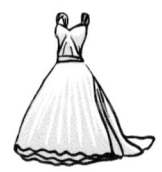

wedding dress

ชุดแต่งงาน

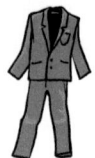

suit

เสื้อสูท

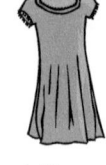

nightgown

ชุดราตรี

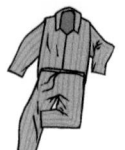

pajamas

ชุดนอน

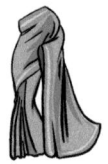

sari

ผ้าส่าหรี

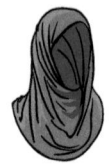

headscarf

ฮิญาบ

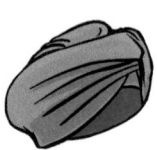

turban

ผ้าโพกศีรษะ

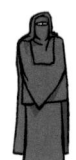

burka

เสื้อบุรุเกาะ

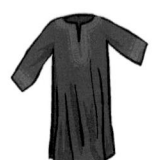

kaftan

เสื้อคลุมคาฟตาน

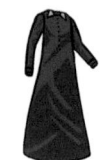

abaya

เสื้อคลุมอบายะห์

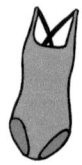

swimsuit

ชุดว่ายน้ำ

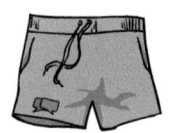

trunks

กางเกงว่ายน้ำ

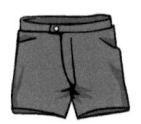

shorts

กางเกงขาสั้น

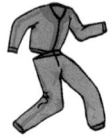

tracksuit

ชุดวอร์ม

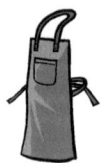

apron

ผ้ากันเปื้อน

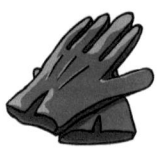

gloves

ถุงมือ

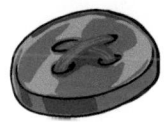

button
กระดุม

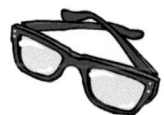

glasses
แว่นตา

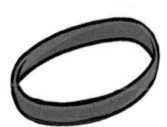

bracelet
กำไลข้อมือ

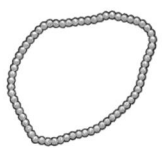
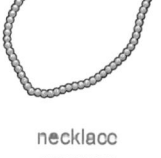

necklace
สร้อยคอ

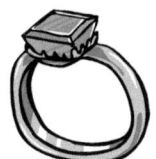

ring
แหวน

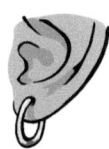

earring
ต่างหู

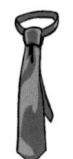

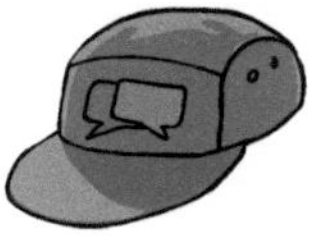

cap
หมวกแก๊ป

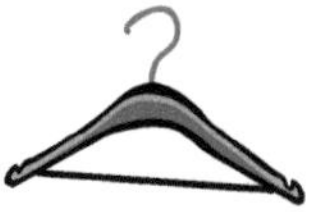

coat hanger
ที่แขวนเสื้อโค้ท

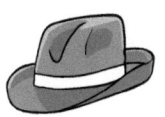

hat
หมวกปีกกว้าง

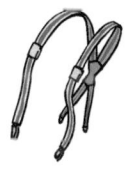

tie
เนคไท

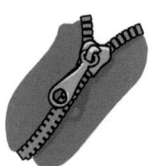

zip
ซิป

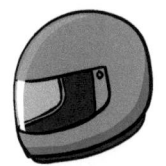

helmet
หมวกกันน็อก

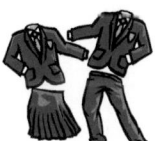

braces
สายโยงกางเกง

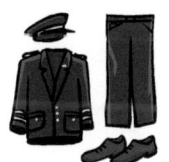

school uniform
ชุดนักเรียน

uniform
เครื่องแบบ

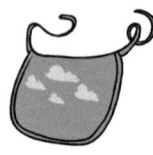

bib
ผ้ากันเปื้อนเด็ก

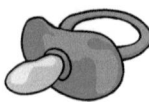

pacifier
หุ่น

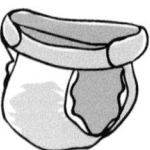

diaper
ผ้าอ้อม

office
สำนักงาน

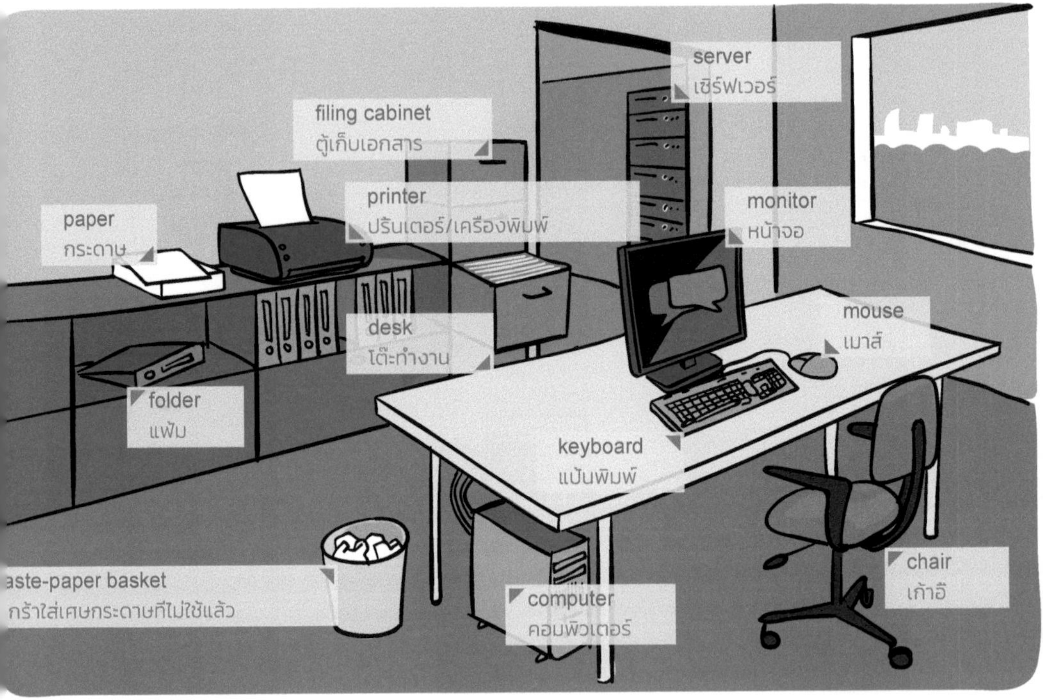

server
เซิร์ฟเวอร์

filing cabinet
ตู้เก็บเอกสาร

printer
ปริ้นเตอร์/เครื่องพิมพ์

monitor
หน้าจอ

paper
กระดาษ

mouse
เมาส์

desk
โต๊ะทำงาน

folder
แฟ้ม

keyboard
แป้นพิมพ์

waste-paper basket
ตะกร้าใส่เศษกระดาษที่ไม่ใช้แล้ว

computer
คอมพิวเตอร์

chair
เก้าอี้

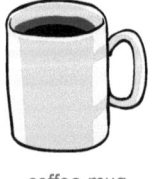

coffee mug
แก้วมัคใส่กาแฟ

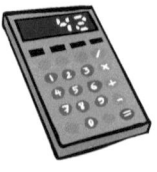

calculator
เครื่องคิดเลข

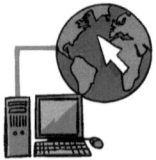

internet
อินเตอร์เน็ต

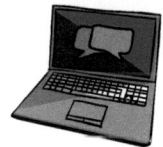

laptop

คอมพิวเตอร์แบบพกพา

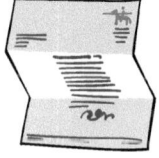

letter

จดหมาย

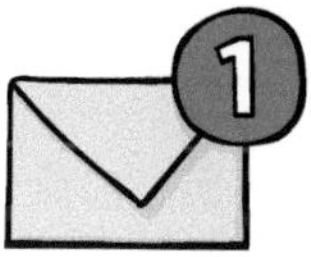

message

ข้อความ

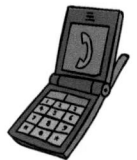

cell phone

โทรศัพท์มือถือ

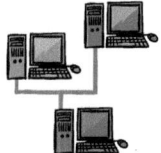

network

เครือข่าย

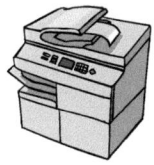

photocopier

เครื่องถ่ายเอกสาร

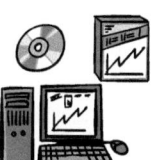

software

ซอฟต์แวร์

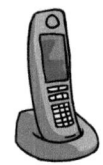

telephone

โทรศัพท์

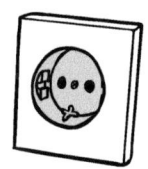

plug socket

ปลั๊กตัวเมีย/เต้าเสียบ

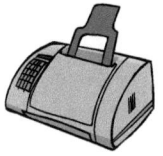

fax machine

เครื่องแฟกซ์

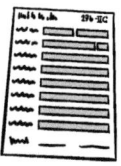

form

แบบฟอร์ม

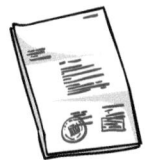

document

เอกสาร

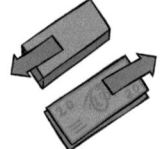

buy

ซือ

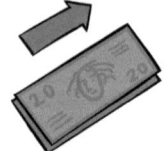

pay

จ่าย

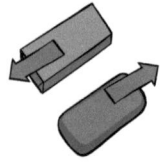

trade

แลกเปลี่ยน

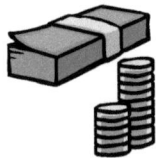

money

เงิน

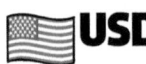

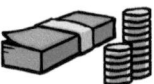

dollar

ดอลลาร์

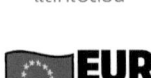

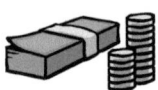

euro

ยูโร

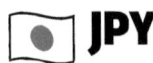

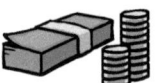

yen

เยน

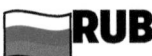

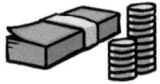

rouble

รูเบิล

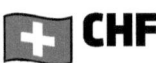

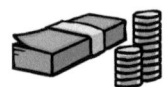

Swiss franc

ฟรังก์สวิส

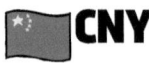

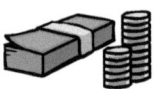

renminbi yuan

หยวนเหรินหมินปี้

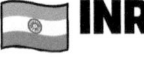

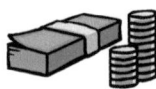

rupee

รูปี

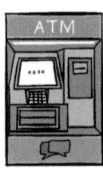

cash point

เครื่องสำหรับกดเงินสดจากธนาคาร

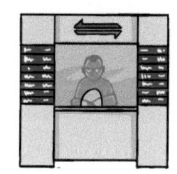

currency exchange office

สำนักงานแลกเปลี่ยนเงินตรา

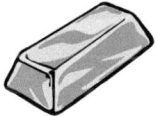

gold

ทอง

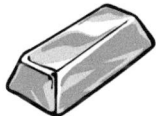

silver

เงิน

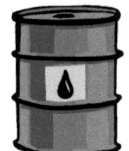

oil

น้ำมัน

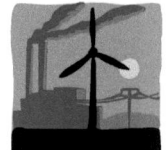

energy

พลังงาน

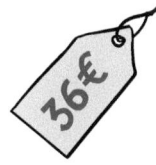

price

ราคา

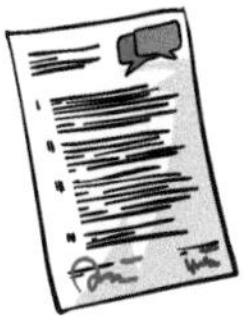

contract

สัญญา

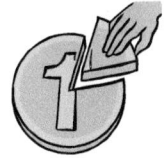

tax

ภาษี

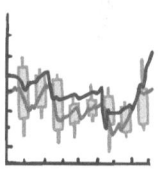

stock

หุ้น

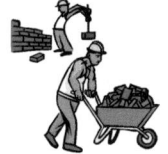

work

ทำงาน

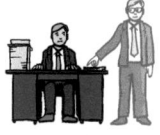

employee

ลูกจ้าง

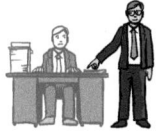

employer

นายจ้าง

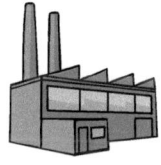

factory

โรงงาน

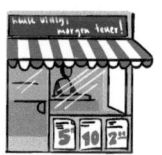

shop

ร้านค้า

economy - ความประหยัด

occupations
อาชีพ

เจ้าหน้าที่ตำรวจ
fireman
พนักงานดับเพลิง
cook
พ่อครัว
doctor
หมอ
pilot
นักบิน

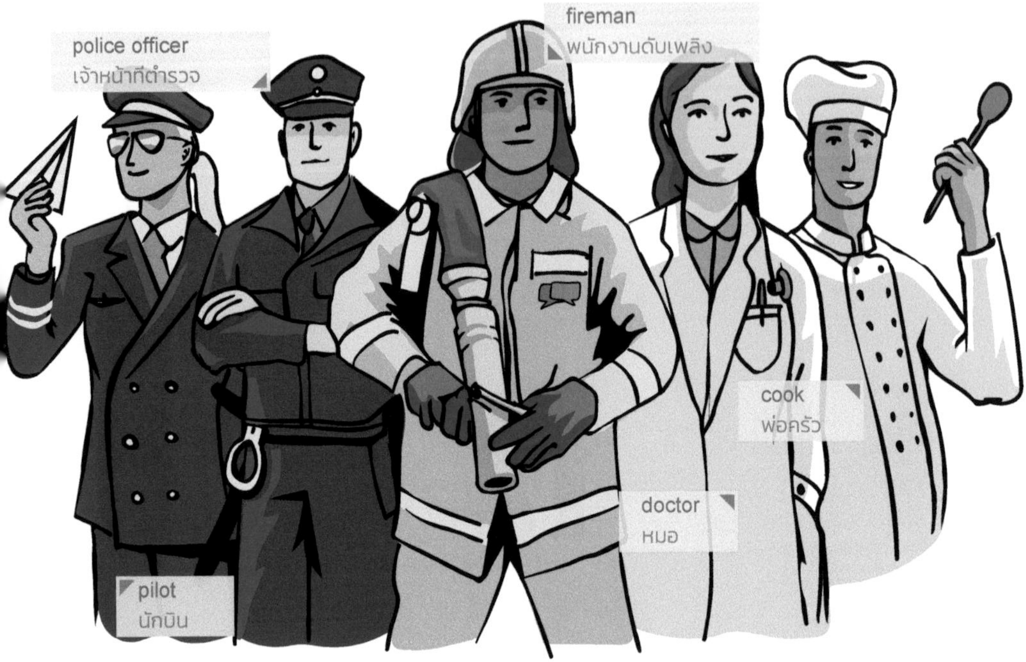

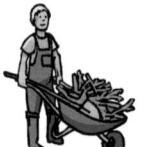

gardener

ชาวสวน

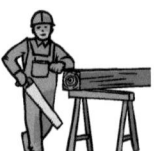

carpenter

ช่างไม้

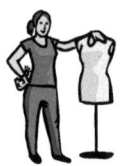

seamstress

ช่างเย็บผ้าที่เป็นผู้หญิง

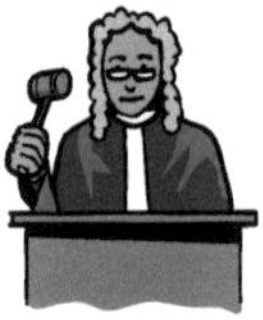

judge

ผู้พิพากษา

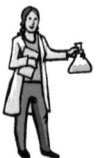

chemist

นักเคมี

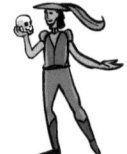

actor

นักแสดงชาย

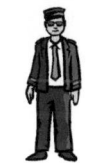

bus driver

คนขับรถประจำทาง

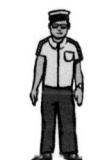

taxi driver

คนขับรถแท็กซี

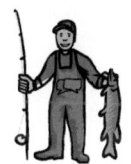

fisherman

ชาวประมง

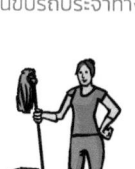

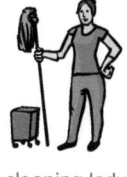

cleaning lady

แม่บ้านทำความสะอาด

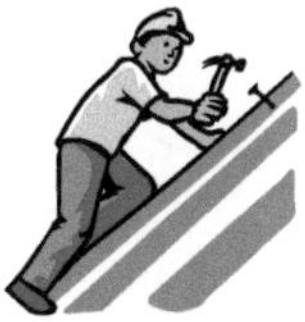

roofer

ช่างมุงหลังคา

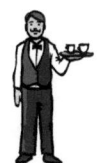

waiter

บริกรชาย

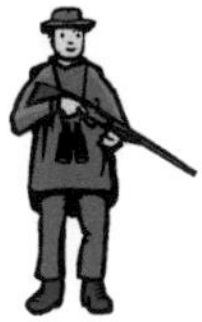

hunter

นายพราน

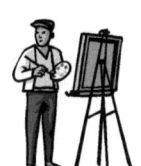

painter

จิตรกร

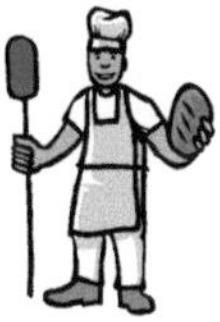

baker

คนทำขนมปัง

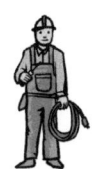

electrician

ช่างไฟฟ้า

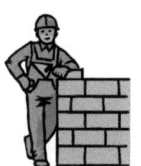

builder

ช่างก่อสร้าง

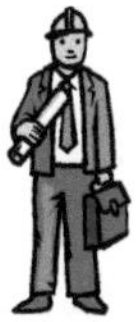

engineer

วิศวกร

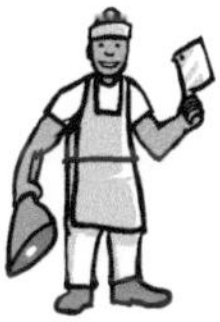

butcher

คนขายเนื้อ

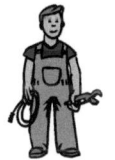

plumber

ช่างประปา

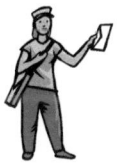

postman

บุรุษไปรษณีย์

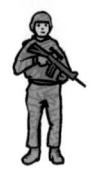

soldier

ทหาร

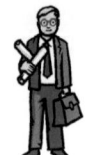

architect

สถาปนิก

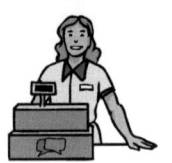

cashier

พนักงานจ่ายเงิน

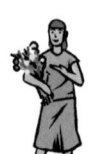

florist

คนขายดอกไม้

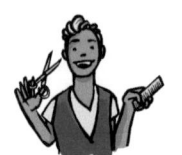

hairdresser

ช่างทำผม

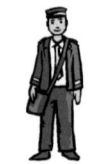

conductor

พนักงานตรวจตั๋ว

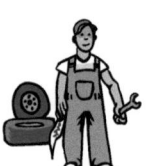

mechanic

ช่างซ่อมรถยนต์

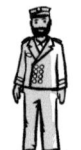

captain

กัปตัน

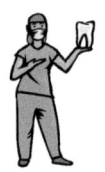

dentist

ทันตแพทย์

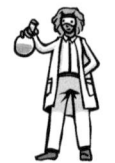

scientist

นักวิทยาศาสตร์

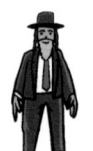

rabbi

แรบไบ

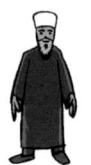

imam

อิหม่าม

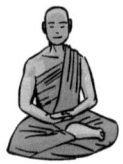

monk

พระ

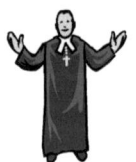

pastor

พระ/นักบวช

tools
เครื่องมือ

pliers
คีม
screwdriver
wrench
ประแจ
torch
ไฟฉาย

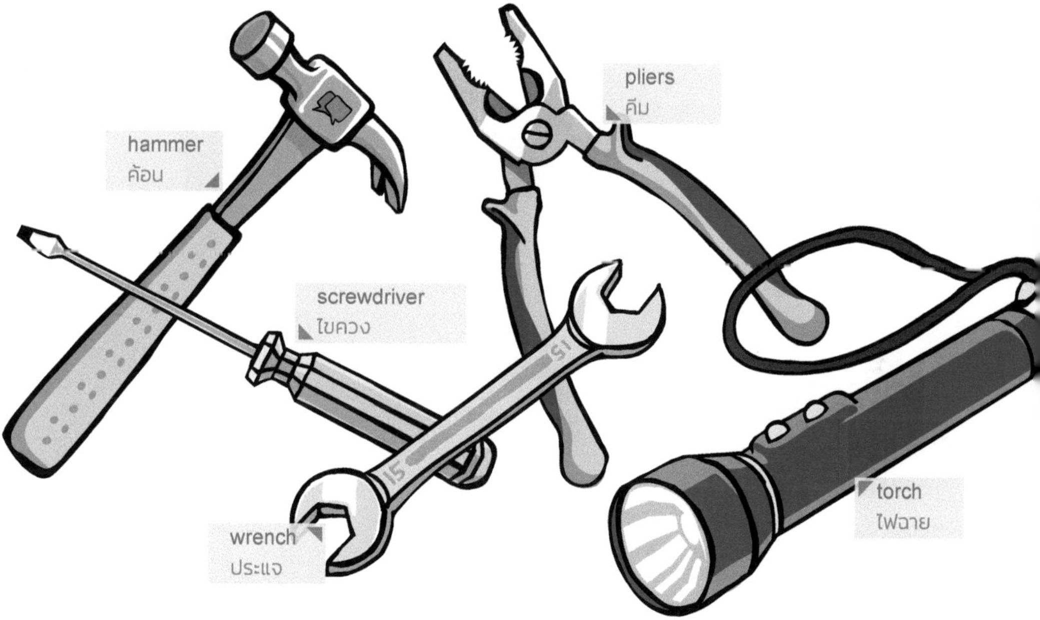

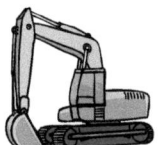

excavator

เครื่องขุด

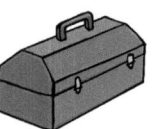

toolbox

กล่องเครื่องมือ

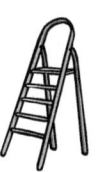

ladder

กระได

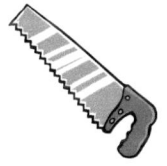

saw

เลื่อย

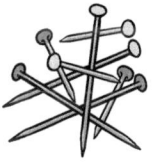

nails

ตะปู

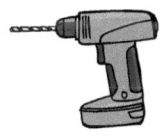

drill

สว่าน

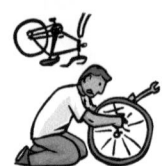

repair

ซ่อมแซม

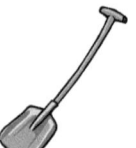

shovel

พลั่ว

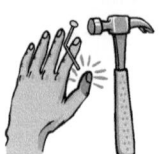

Damn!

ตายห่า!

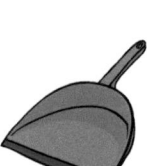

dustpan

ที่โกยขยะ

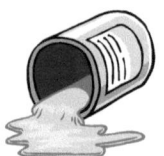

paint can

ถังสี

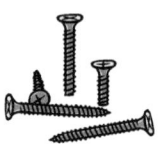

screws

สกรู

musical instruments
เครื่องดนตรี

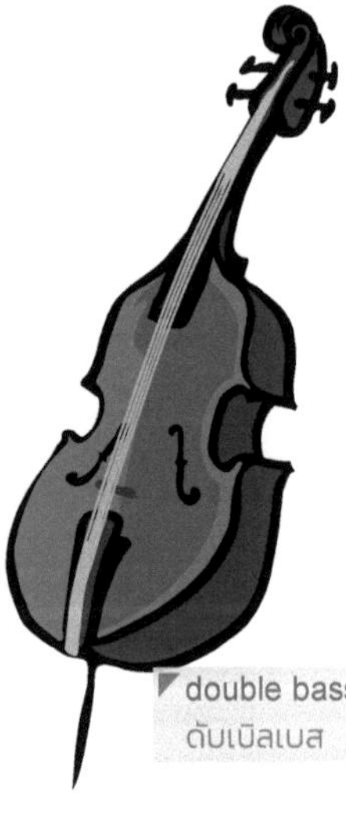

loud speaker
ลำโพง

drum set
กลองชุด

double bass
ดับเบิลเบส

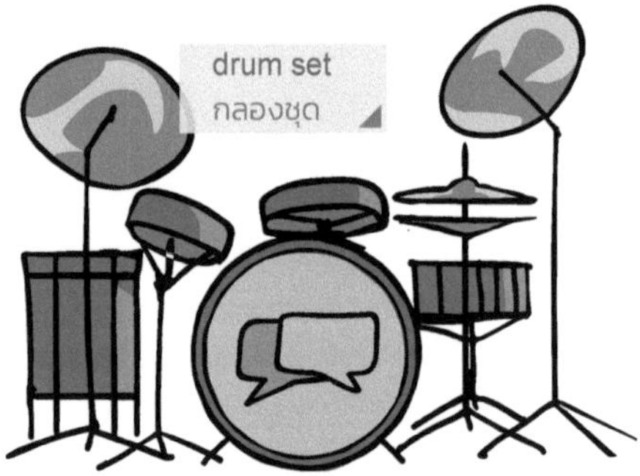

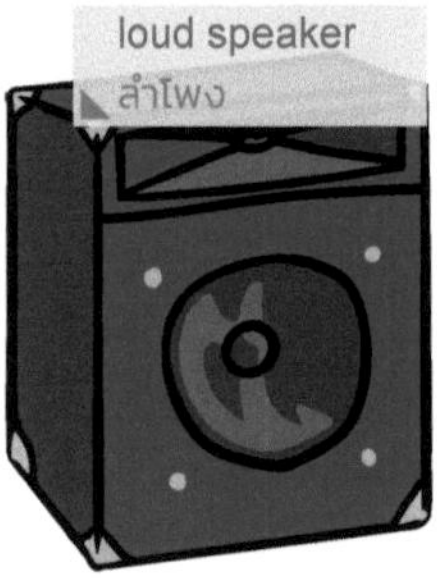

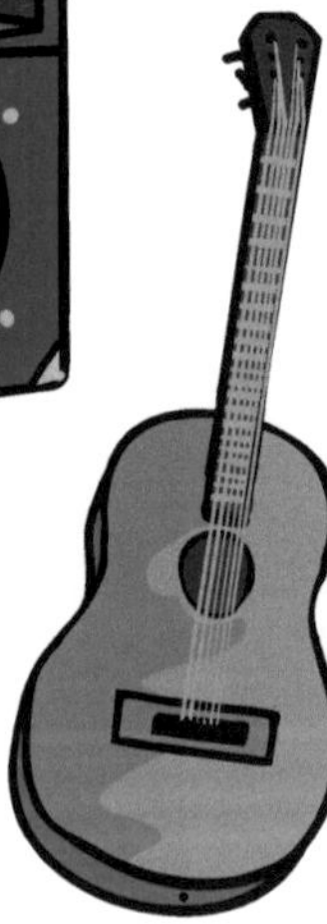

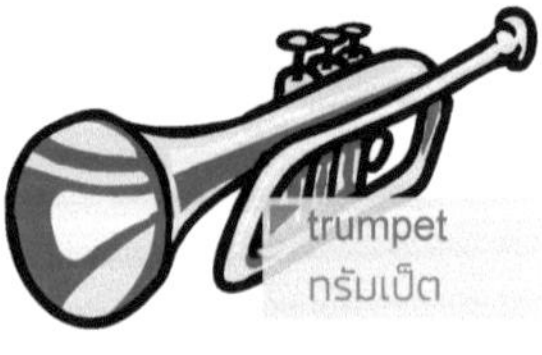

trumpet
ทรัมเป็ต

guitar
กีตาร์

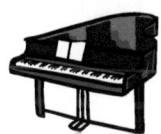

piano

เปียโน

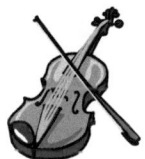

violin

ไวโอลิน

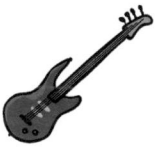

bass

เบส

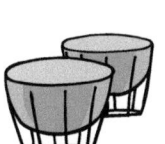

timpani

กลองทิมปานี

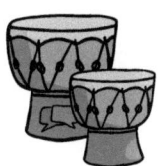

drums

กลอง

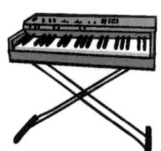

keyboard

คีย์บอร์ด

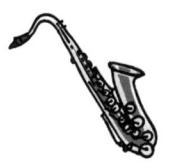

saxophone

แซ็กโซโฟน

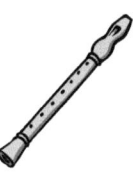

flute

ฟลูต

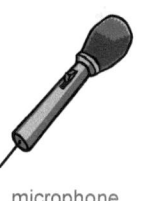

microphone

ไมโครโฟน

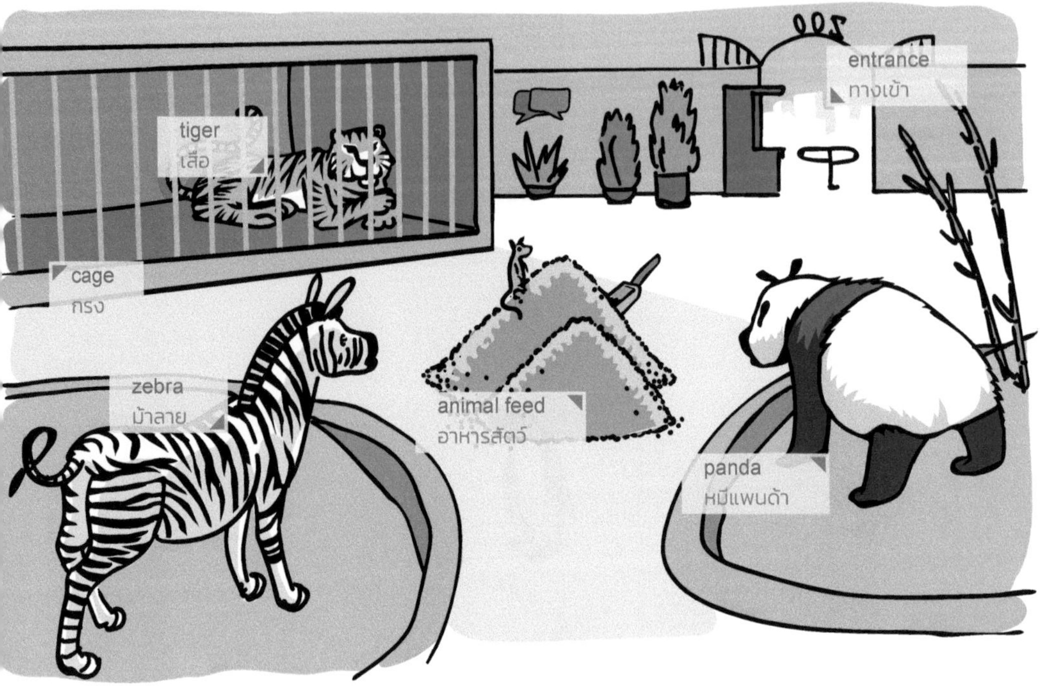

tiger
เสือ

entrance
ทางเข้า

cage
กรง

zebra
ม้าลาย

animal feed
อาหารสัตว์

panda
หมีแพนด้า

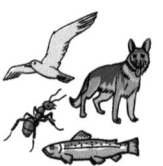

animals

สัตว์

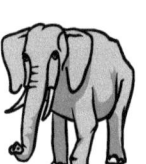

elephant

ช้าง

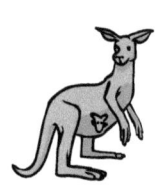

kangaroo

จิงโจ้

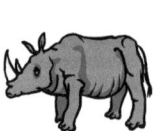

rhino

แรด

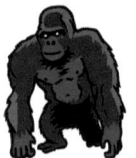

gorilla

กอริลล่า

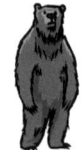

bear

หมี

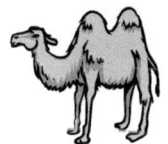

camel

อูฐ

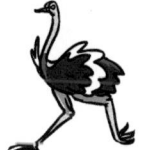

ostrich

นกกระจอกเทศ

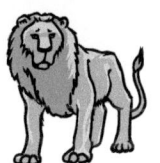

lion

สิงโต

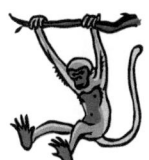

monkey

ลิง

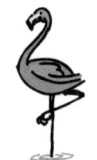

flamingo

นกฟลามิงโก

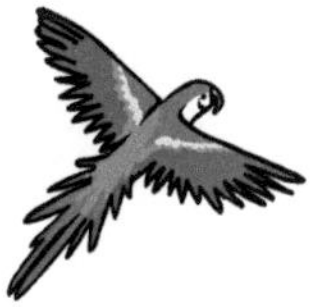

parrot

นกแก้ว

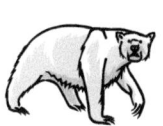

polar bear

หมีขั้วโลก

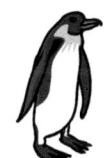

penguin

เพนกวิน

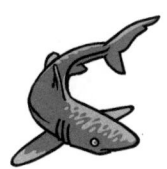

shark

ฉลาม

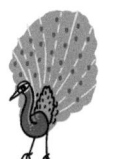

peacock

นกยูง

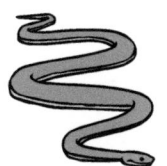

snake

งู

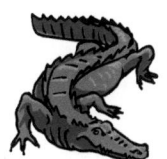

crocodile

จระเข้

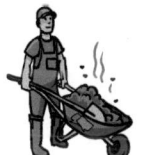

zookeeper

ผู้ดูแลสัตว์

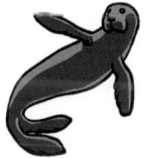

seal

แมวน้ำ

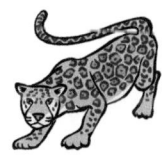

jaguar

เสือจากัวร์

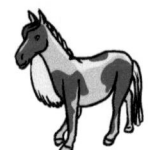

pony

ม้าพันธุ์เล็ก

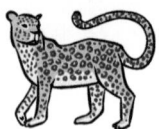

leopard

เสือดาว

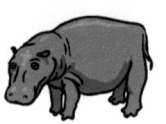

hippo

ฮิปโป

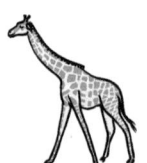

giraffe

ยีราฟ

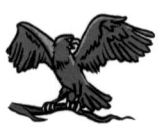

eagle

เหยี่ยว

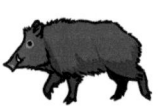

boar

หมูป่าตัวผู้

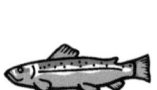

fish

ปลา

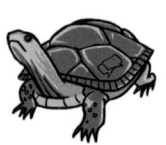

turtle

เต่า

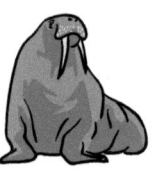

walrus

ช้างน้ำ

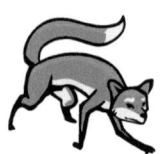

fox

จิ้งจอก

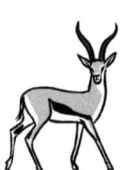

gazelle

กาเซลล์

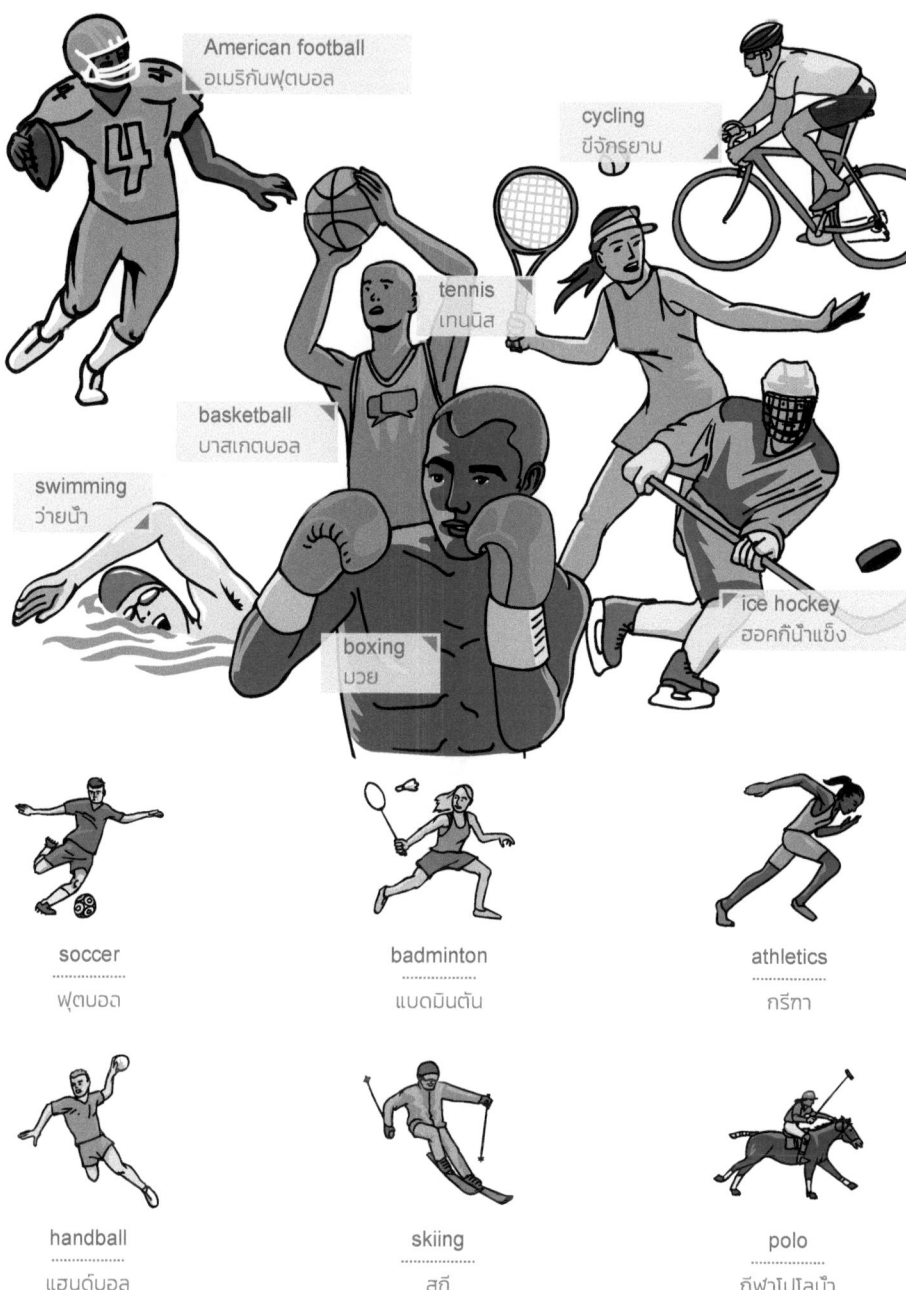

sports
กีฬา

American football
อเมริกันฟุตบอล
cycling
ขี่จักรยาน
tennis
เทนนิส
basketball
บาสเกตบอล
swimming
ว่ายน้ำ
ice hockey
ฮอคกี้น้ำแข็ง
boxing
มวย

soccer
ฟุตบอล

badminton
แบดมินตัน

athletics
กรีฑา

handball
แฮนด์บอล

skiing
สกี

polo
กีฬาโปโลน้ำ

activities
กิจกรรม

laugh
หัวเราะ
jump
กระโดด
hug
กอด
walk
เดิน
sing
ร้องเพลง
dream
ฝัน
pray
ภาวนา/สวดมนต์
kiss
จูบ

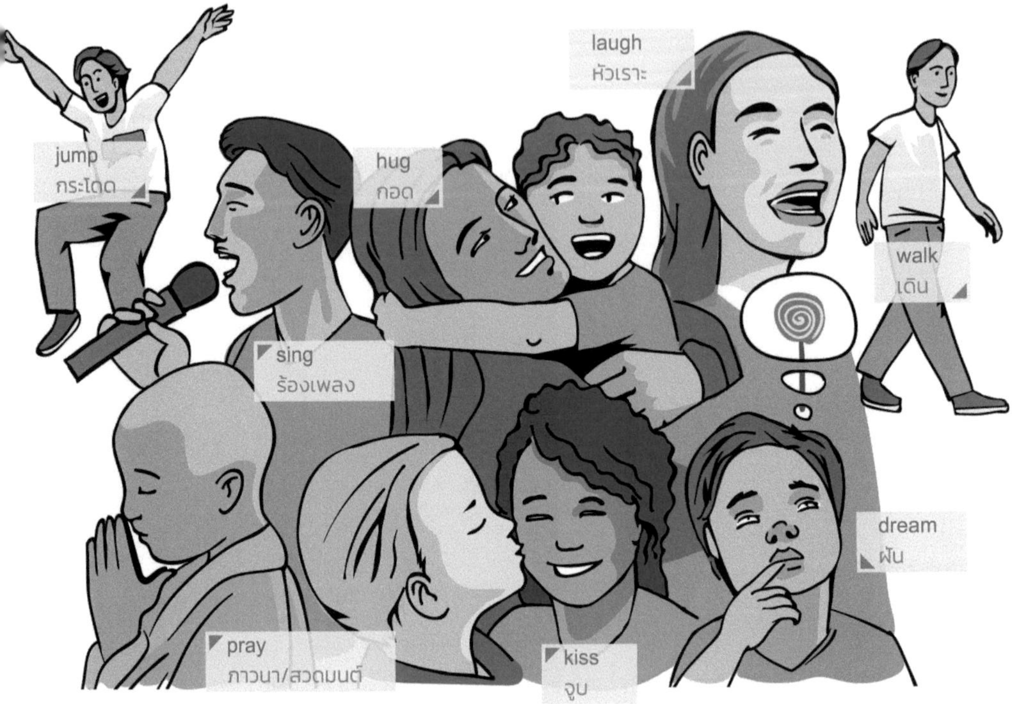

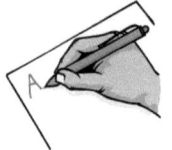

write
เขียน

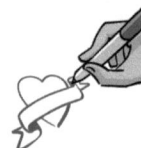

draw
วาดภาพ

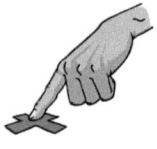

show
แสดง

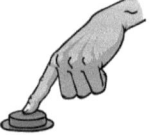

push
ผลัก

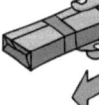

give
ให้

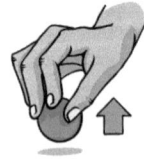

take
เอาไป

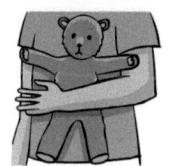

have

มี

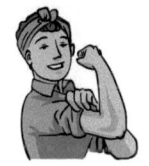

do

ทำ

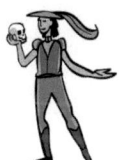

be

เป็น

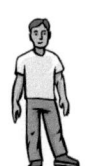
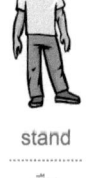

stand

ยืน

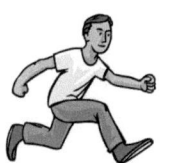

run

วิ่ง

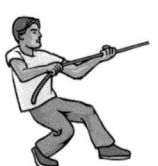

pull

ดึง

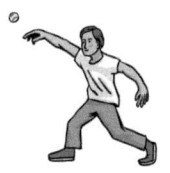

throw

โยน

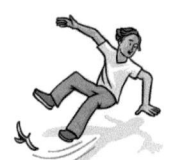

fall

ตก/หล่น

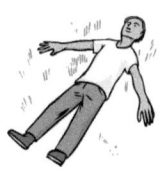

lie

นอนเหยียดยาว

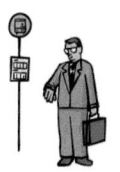

wait

รอคอย

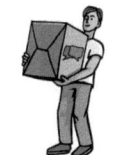

carry

ถือ

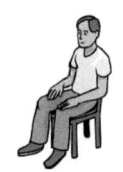

sit

นั่ง

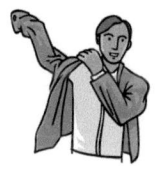

get dressed

แต่งตัว

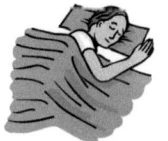

sleep

นอนหลับ

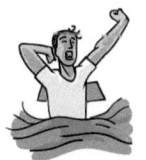

wake up

ตื่น

activities - กิจกรรม

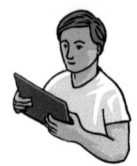

look at

มองดู

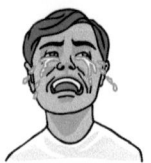

cry

ร้องไห้

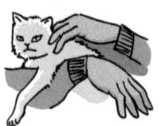

stroke

ลูบ

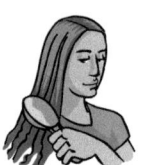

comb

หวีผม

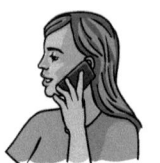

talk

พูดคุย

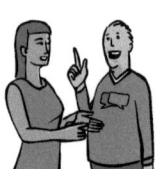

understand

เข้าใจ

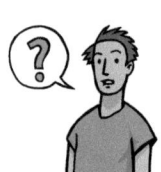

ask

ถาม

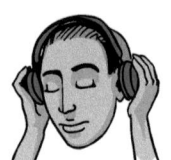

listen

ฟัง

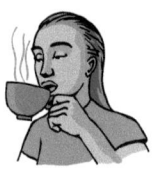

drink

ดื่ม

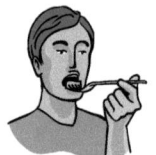

eat

กิน

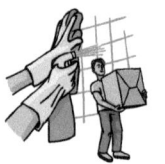

tidy up

จัดให้เป็นระเบียบ

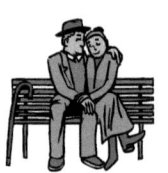

love

รัก

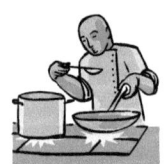

cook

ทำอาหาร

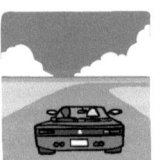

drive

ขับรถ

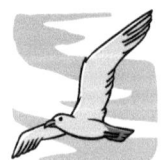

fly

บิน

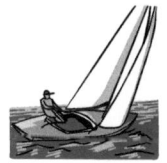

sail
ล่องเรือ

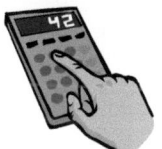

calculate
คำนวณ

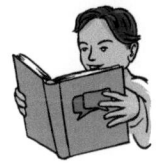

read
อ่าน

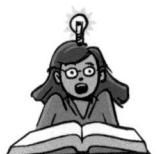

learn
เรียนรู้

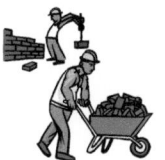

work
ทำงาน

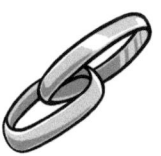

marry
แต่งงาน

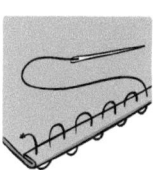

sew
เย็บ

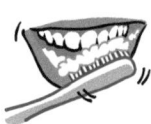

brush teeth
แปรงฟัน

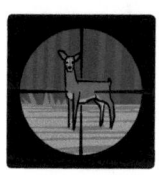

kill
ฆ่า

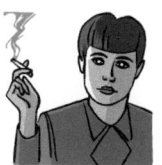

smoke
สูบบุหรี่

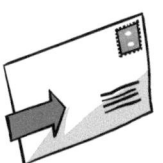

send
ส่ง

activities - กิจกรรม

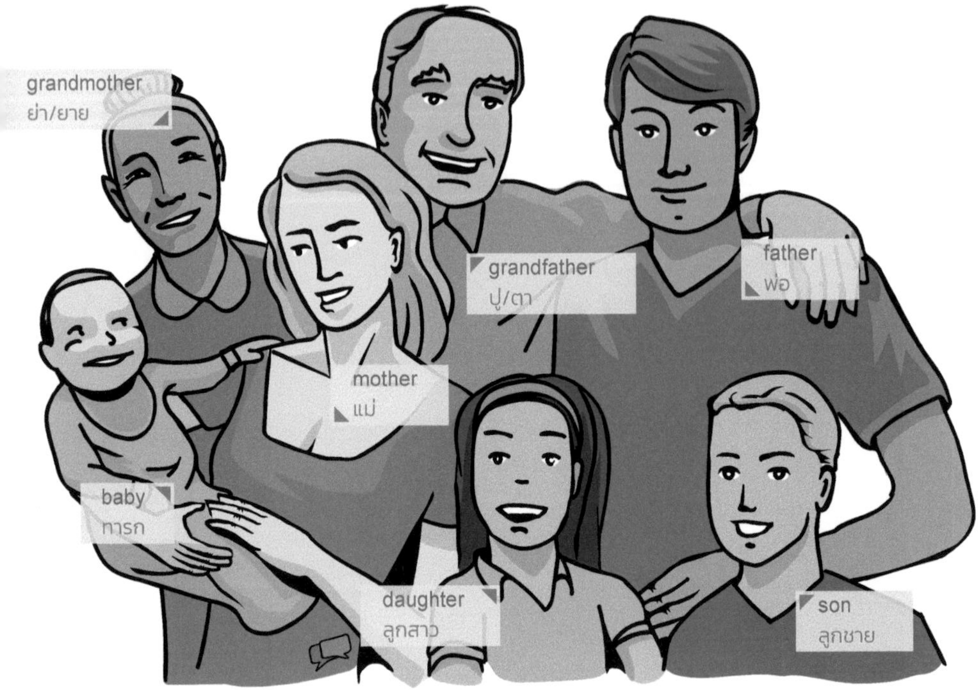

grandmother
ย่า/ยาย

grandfather
ปู่/ตา

father
พ่อ

mother
แม่

baby
ทารก

daughter
ลูกสาว

son
ลูกชาย

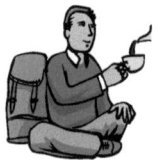

guest

แขก

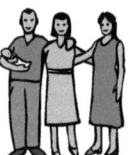

aunt

ป้า

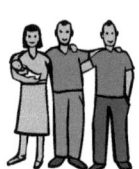

uncle

ลุง

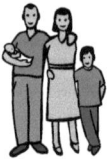

brother

พี่ชาย/น้องชาย

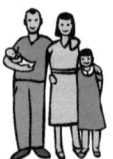

sister

พี่สาว/น้องสาว

body
ร่างกาย

forehead
หน้าผาก
eye
ตา
shoulder
ไหล่
finger
นิ้วมือ
face
ใบหน้า
chin
hand
มือ
leg
ขา
breast
หน้าอก
arm
แขน

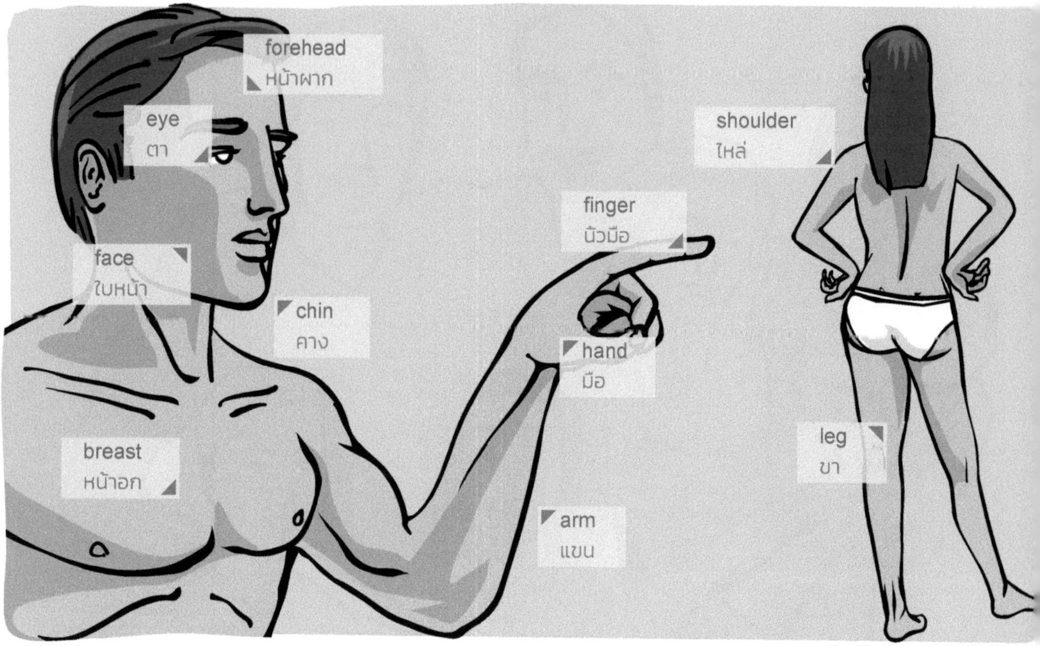

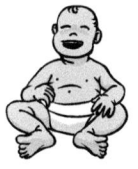

baby
ทารก

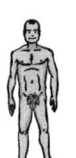

man
ผู้ชาย

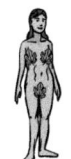

woman
ผู้หญิง

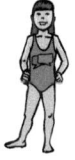

girl
เด็กผู้หญิง

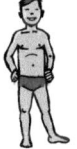

boy
เด็กผู้ชาย

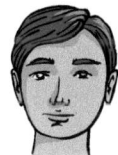

head
ศีรษะ

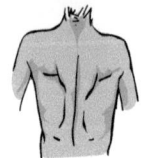

back

หลัง

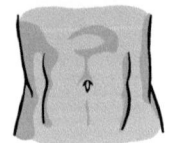

belly

ท้อง

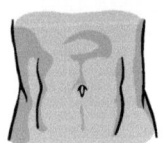

navel

สะดือ

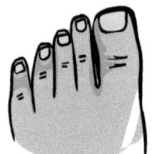

toe

นิ้วเท้า

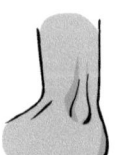

heel

ส้นเท้า

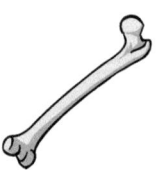

bone

กระดูก

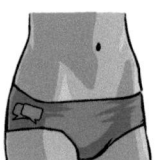

hip

สะโพก

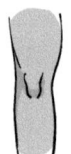

knee

หัวเข่า

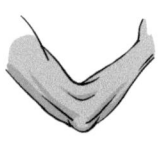

elbow

ข้อศอก

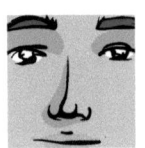

nose

จมูก

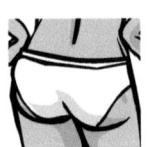

buttocks

ก้น

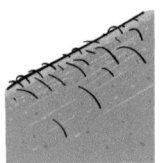

skin

ผิวหนัง

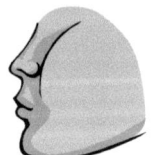

cheek

แก้ม

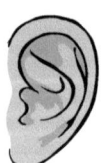

ear

หู

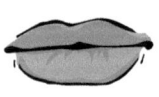

lip

ริมฝีปาก

body - ร่างกาย

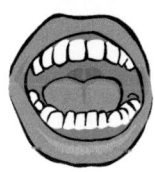

mouth

ปาก

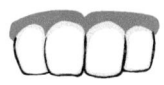

tooth

ฟัน

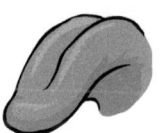

tongue

ลิ้น

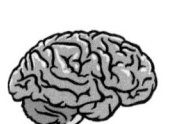

brain

สมอง

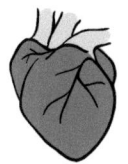

heart

หัวใจ

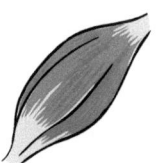

muscle

กล้ามเนื้อ

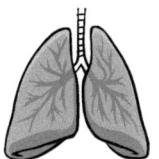

lung

ปอด

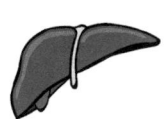

liver

ตับ

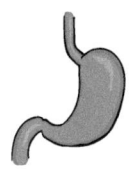

stomach

กระเพาะ

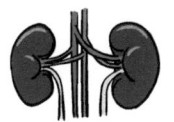

kidneys

ไต

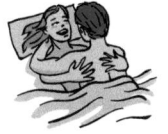

sex

เพศสัมพันธ์

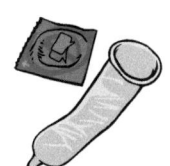

condom

ถุงยาง

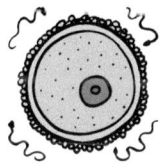

ovum

เซลล์ไข่

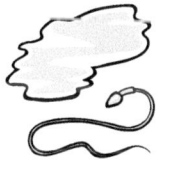

semen

น้ำอสุจิ

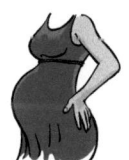

pregnancy

การตั้งครรภ์

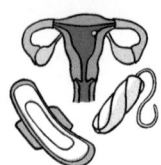

menstruation

ประจำเดือน

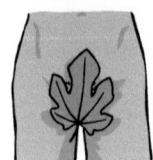

vagina

ช่องคลอด

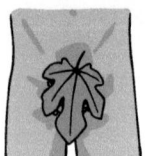

penis

องคชาต

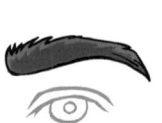

eyebrow

คิ้ว

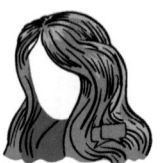

hair

เส้นผม

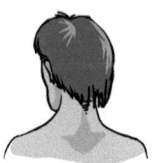

neck

คอ

hospital

โรงพยาบาล

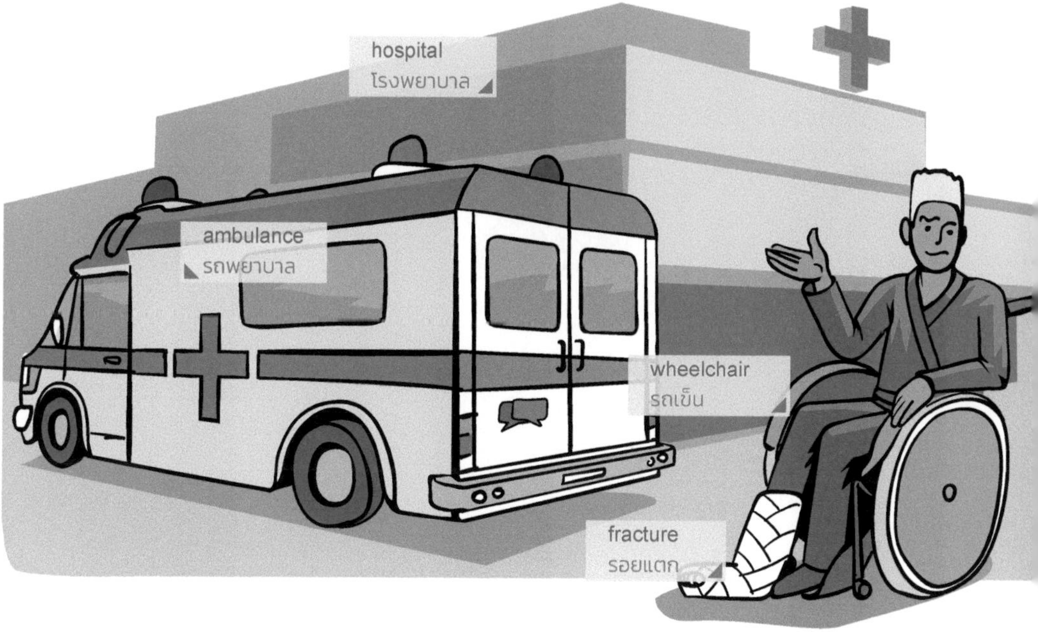

โรงพยาบาล
ambulance
รถพยาบาล
wheelchair
รถเข็น
fracture
รอยแตก

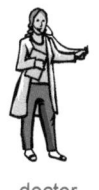

doctor

หมอ

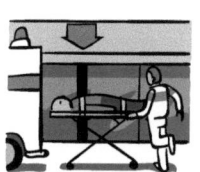

emergency room

ห้องฉุกเฉิน

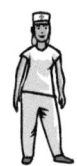

nurse

พยาบาล

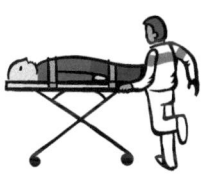

emergency

ฉุกเฉิน

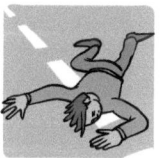

unconscious

หมดสติ

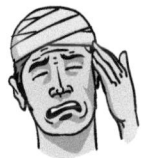

pain

อาการเจ็บปวด

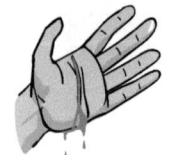

injury

การบาดเจ็บ

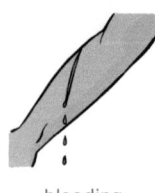

bleeding

เลือดไหล

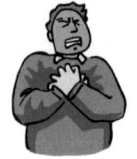

heart attack

หัวใจวาย

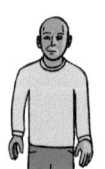

stroke

โรคหลอดเลือดในสมอง

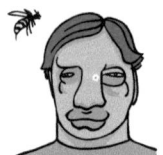

allergy

โรคภูมิแพ้

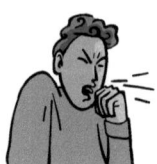

cough

ไอ

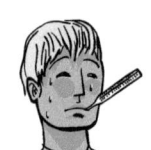

fever

ไข้

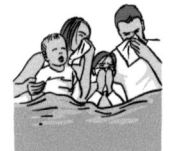

flu

ไข้หวัด

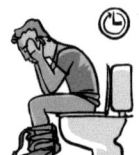

diarrhea

ท้องเสีย

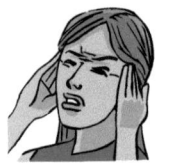

headache

การปวดหัว

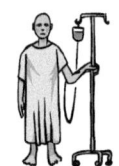

cancer

มะเร็ง

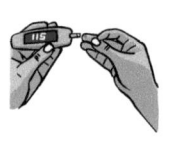

diabetes

โรคเบาหวาน

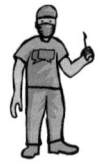

surgeon

ศัลยแพทย์

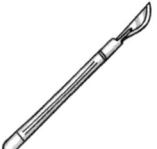

scalpel

มีดผ่าตัด

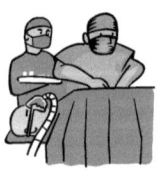

operation

การผ่าตัด

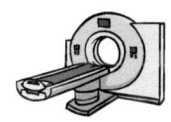

CT

เครื่องเอกซเรย์คอมพิวเตอร์ควา
มเร็วสูง

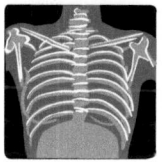

x-ray

เอกซเรย์

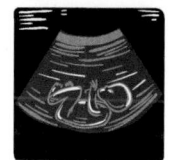

ultrasound

อัลตราซาวด์

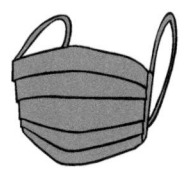

face mask

หน้ากากอนามัย

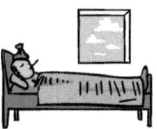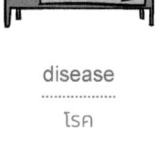

disease

โรค

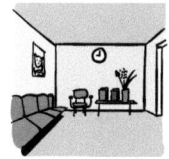

waiting room

ห้องรอตรวจ

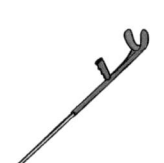

crutch

ไม้เท้า

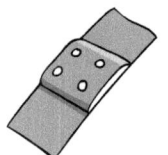

plaster

ปลาสเตอร์ยา

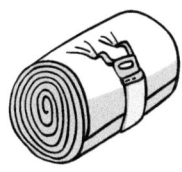

bandage

ผ้าพันแผล

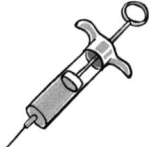

injection

ฉีดยา

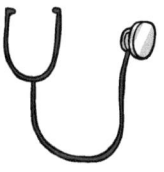

stethoscope

เครื่องฟังตรวจ

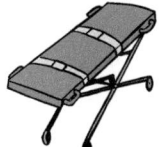

stretcher

เปลหาม

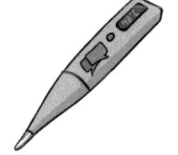

clinical thermometer

ปรอทวัดไข้

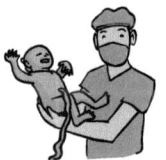

birth

การเกิด

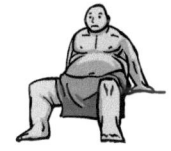

overweight

น้ำหนักเกิน

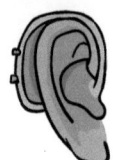

hearing aid

เครื่องช่วยฟัง

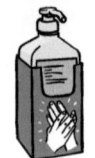

disinfectant

สารฆ่าเชื้อ

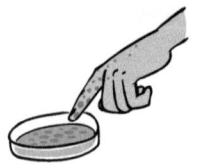

infection

การติดเชื้อ

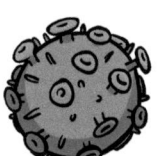

virus

ไวรัส

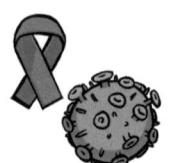

HIV / AIDS

เอชไอวี/เอดส์

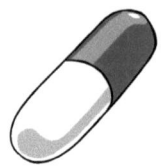

medicine

ยา

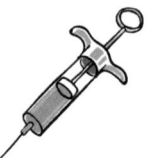

vaccination

การฉีดวัคซีน

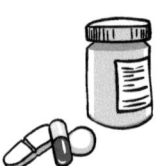

tablets

ยาเม็ด

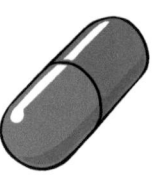

pill

ยาเม็ดกลม

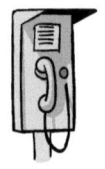

emergency call

โทรออกฉุกเฉิน

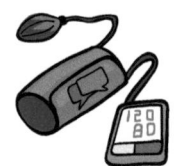

blood pressure monitor

เครื่องวัดความดันโลหิต

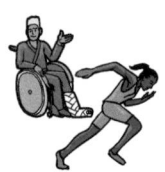

ill / healthy

ป่วย/ สุขภาพดี

emergency

ฉุกเฉิน

Help!

ช่วยด้วย!

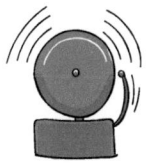

alarm

สัญญาณเตือนภัย

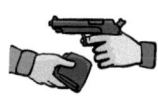

assault

การทำร้าย

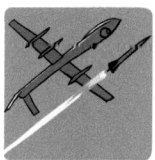

attack

การโจมตี

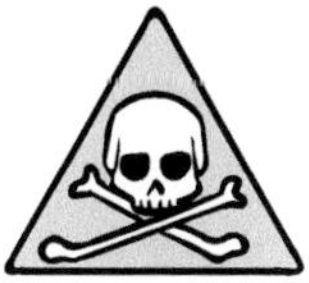

danger

อันตราย

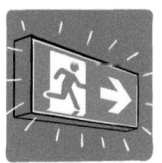

emergency exit

ทางออกฉุกเฉิน

Fire!

ไฟไหม้!

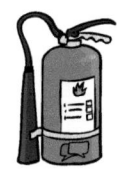

fire extinguisher

ถังดับเพลิง

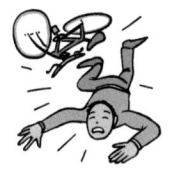

accident

อุบัติเหตุ

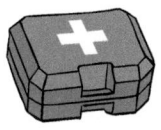

first-aid kit

ชุดปฐมพยาบาลเบื้องต้น

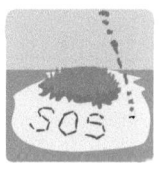

SOS

สัญญาณขอความช่วยเหลือ

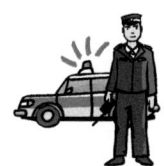

police

ตำรวจ

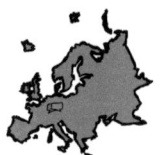

earth
โลก

Europe

ยุโรป

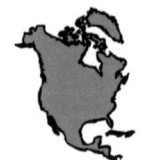

North America

อเมริกาเหนือ

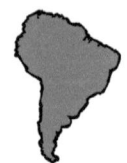

South America

อเมริกาใต้

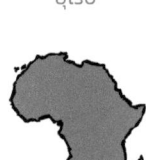

Africa

แอฟริกา

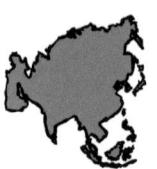

Asia

เอเชีย

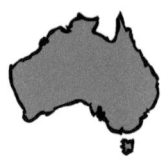

Australia

ออสเตรเลีย

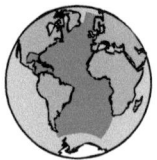

Atlantic

แอตแลนติก

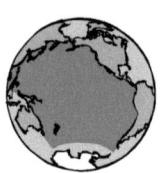

Pacific

แปซิฟิก

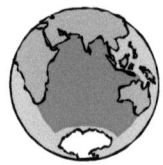

Indian Ocean

มหาสมุทรอินเดีย

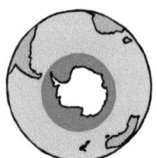

Antarctic Ocean

มหาสมุทรแอนตาร์กติก

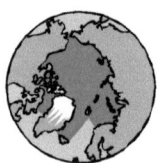

Arctic Ocean

มหาสมุทรอาร์กติก

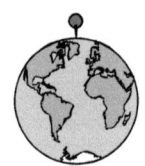

North pole

ขั้วโลกเหนือ

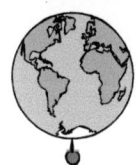

South pole

ขั้วโลกใต้

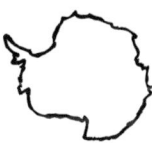

Antarctica

แอนตาร์กติกา

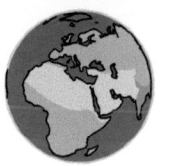

earth

โลก

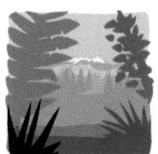

land

พื้นดิน

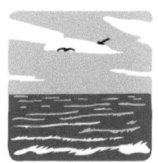

sea

ทะเล

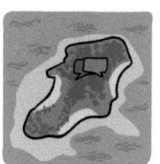

island

เกาะ

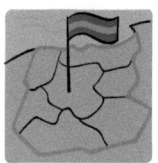

nation

ชาติ/ประชาชาติ

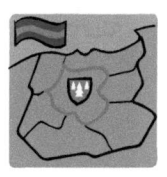

state

รัฐ

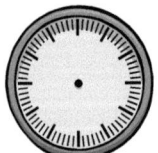

clock
นาฬิกา

clock face

หน้าปัดนาฬิกา

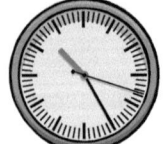

hour hand

เข็มชั่วโมง

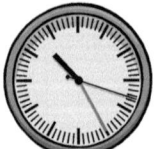

minute hand

เข็มนาที

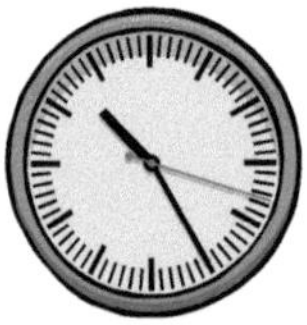

second hand

เข็มวินาที

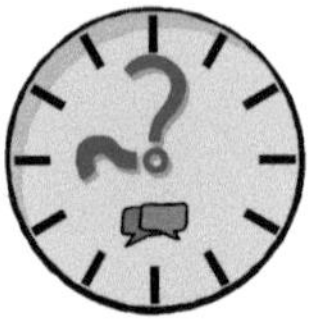

What time is it?

กี่โมงแล้ว?

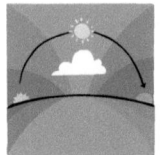

day

วัน

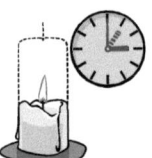

time

เวลา

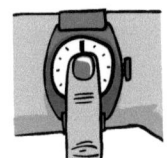

now

ตอนนี้

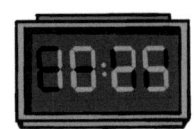

digital watch

นาฬิกาดิจิตอล

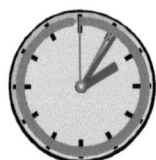

minute

นาที

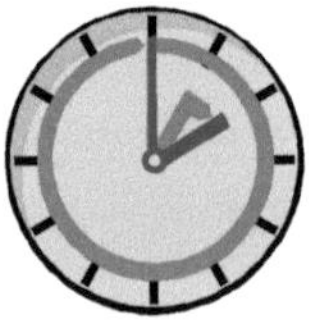

hour

ชั่วโมง

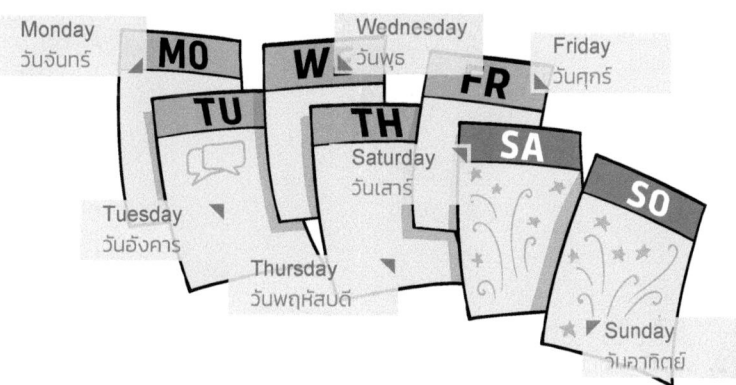

week

สัปดาห์

Monday
วันจันทร์
MO
Tuesday
วันอังคาร
TU
Wednesday
วันพุธ
W
Thursday
วันพฤหัสบดี
TH
Friday
วันศุกร์
FR
Saturday
วันเสาร์
SA
Sunday
วันอาทิตย์

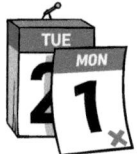

TUE
MON

yesterday

เมื่อวาน

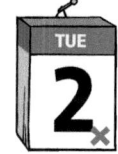

TUE

today

วันนี้

TUE

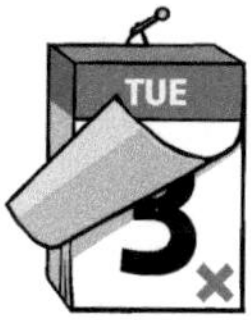

tomorrow

พรุ่งนี้

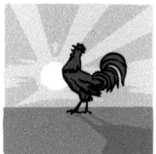

morning

ตอนเช้า

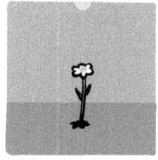

noon

ตอนเที่ยง

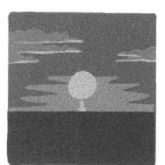

evening

ตอนเย็น

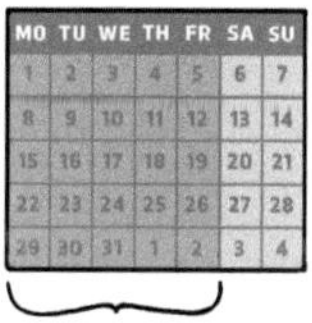

workdays

วันทำการ

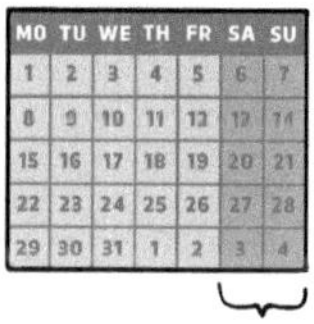

weekend

วันสุดสัปดาห์

year
ปี

rain
ฝนตก
wind
ลม
snow
หิมะ
spring
ฤดูใบไม้ผลิ
fall
ฤดูใบไม้ร่วง
summer
ฤดูร้อน
winter
ฤดูหนาว

4.APRIL 11°
5.APRIL 4°
6.APRIL 13°
7.APRIL 8°
8.APRIL 10°

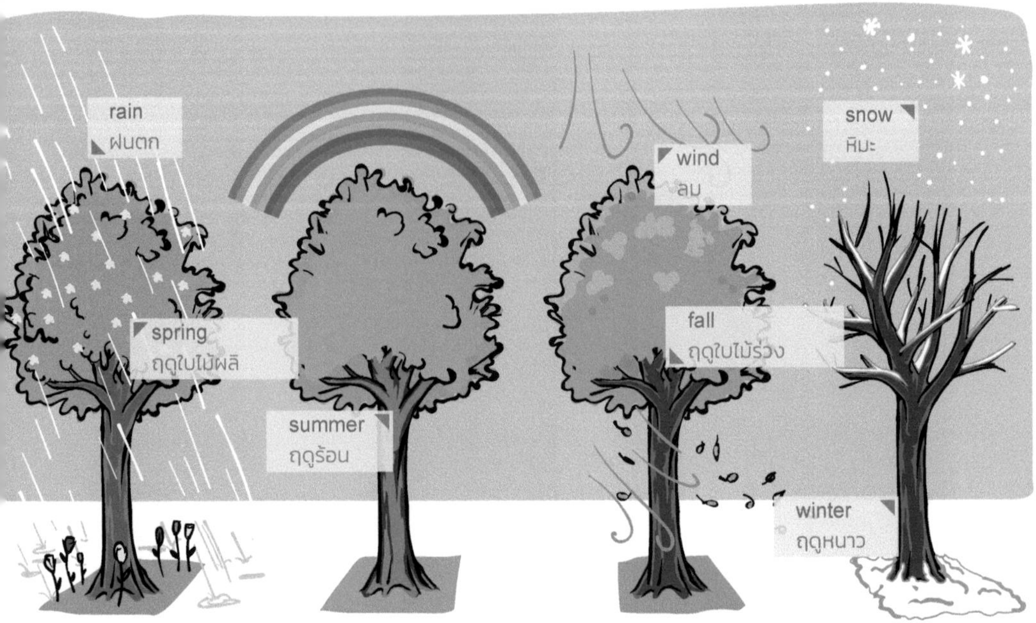

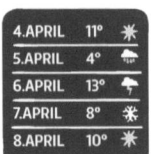

weather forecast
การพยากรณ์อากาศ

F
C
120
90
60
30
0
-30
40
30
20
10
0
-10
-20

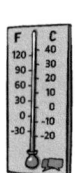

thermometer
เครื่องวัดอุณหภูมิ

sunshine
แสงแดด

cloud
ก้อนเมฆ

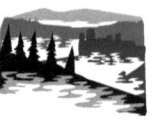

fog
หมอก

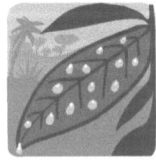

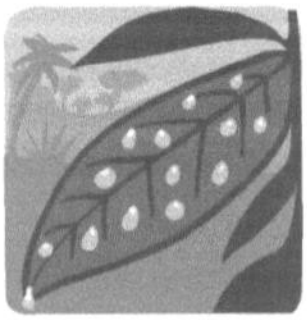

humidity
ความชื้น

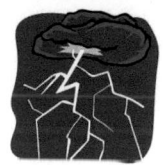

lightning

ฟ้าแลบ/ฟ้าผ่า

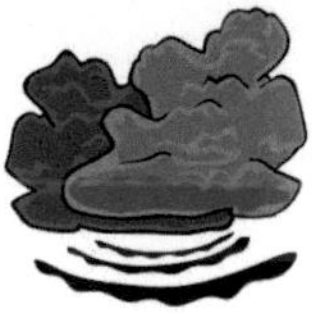

thunder

ฟ้าร้อง

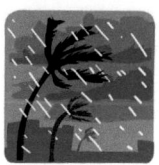

storm

พายุ

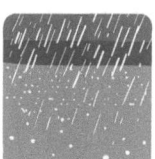

hail

ลูกเห็บ

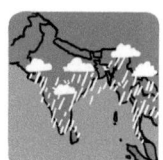

monsoon

ลมมรสุม

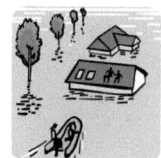

flood

น้ำท่วม

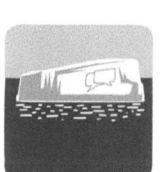

ice

น้ำแข็ง

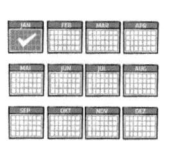

January

มกราคม

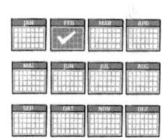

February

กุมภาพันธ์

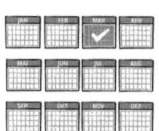

March

มีนาคม

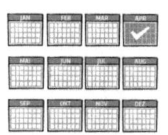

April

เมษายน

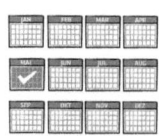

May

พฤษภาคม

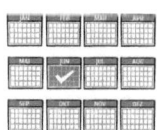

June

มิถุนายน

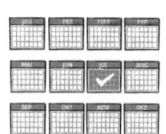

July

กรกฎาคม

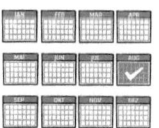

August

สิงหาคม

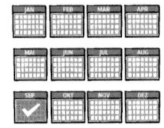

September

กันยายน

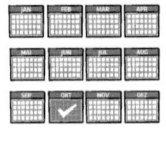

October

ตุลาคม

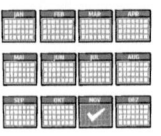

November

พฤศจิกายน

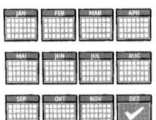

December

ธันวาคม

shapes

รูปร่าง

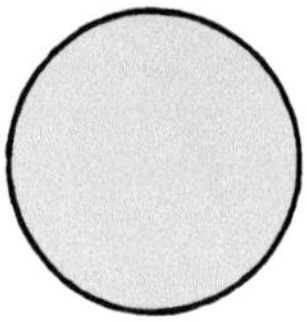

circle

วงกลม

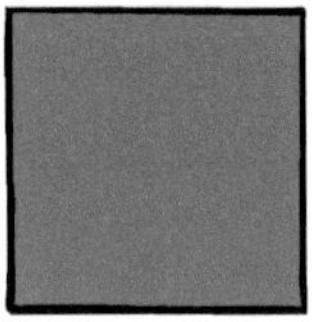

square

สี่เหลี่ยม

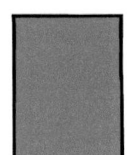

rectangle

สี่เหลี่ยมผืนผ้า

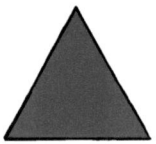

triangle

สามเหลี่ยม

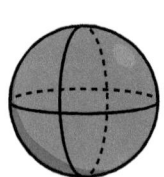

sphere

ทรงกลม

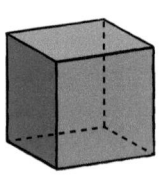

cube

ลูกบาศก์

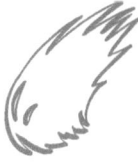

white

ขาว

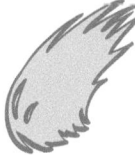

yellow

เหลือง

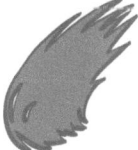

orange

ส้ม

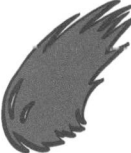

pink

ชมพู

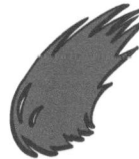

red

แดง

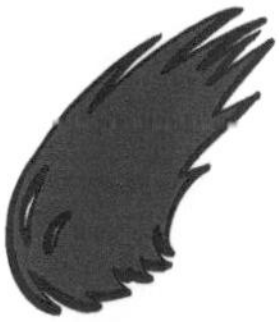

purple

ม่วง

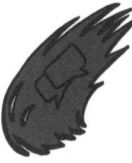

blue

ฟ้า

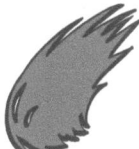

green

เขียว

brown

น้ำตาล

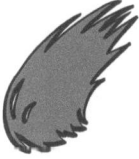

gray

เทา

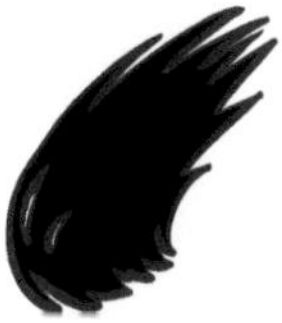

black

ดำ

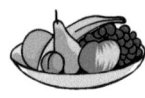

a lot / a little

มาก/ น้อย

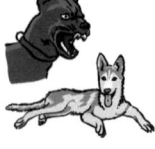

angry / calm

ฉุนเฉียว/ สงบ

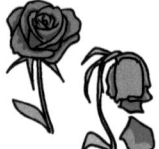

beautiful / ugly

สวยงาม/ น่าเกลียด

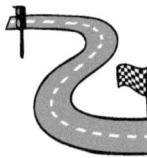

beginning / end

เริ่มต้น/ จบ

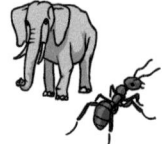

big / small

ใหญ่/ เล็ก

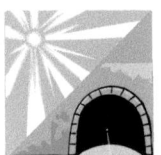

bright / dark

สว่าง/ มืด

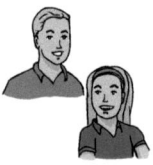

brother / sister

น้องชาย,พี่ชาย/ น้องสาว,พี่สาว

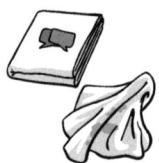

clean / dirty

สะอาด/ สกปรก

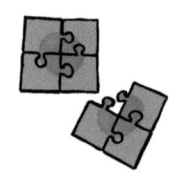

complete / incomplete

สมบูรณ์/ ไม่สมบูรณ์

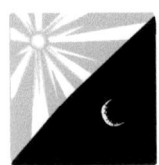

day / night

กลางวัน/ กลางคืน

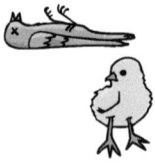

dead / alive

ตาย/ มีชีวิต

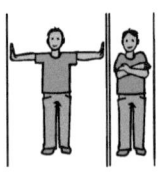

wide / narrow

กว้าง/ แคบ

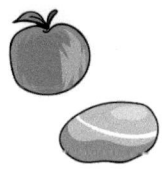

edible / inedible

กินได้/ กินไม่ได้

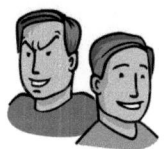

evil / kind

ชั่วร้าย/ ใจดี

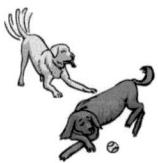

excited / bored

น่าตื่นเต้น/ น่าเบื่อ

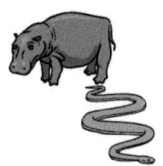

fat / thin

อ้วน/ ผอม

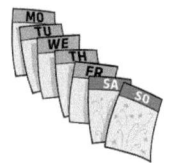

first / last

อย่างแรก/ สุดท้าย

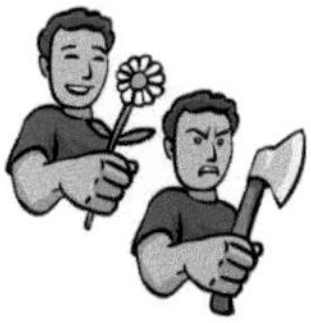

friend / enemy

เพื่อน/ ศัตรู

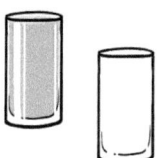

full / empty

เต็ม/ ว่างเปล่า

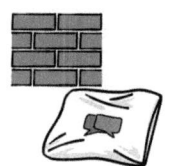

hard / soft

แข็ง/ นุ่ม

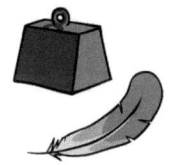

heavy / light

หนัก/ เบา

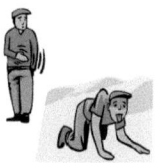

hunger / thirst

หิว/ กระหายน้ำ

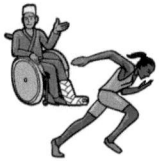

ill / healthy

ป่วย/ สุขภาพดี

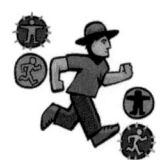

illegal / legal

ผิดกฎหมาย/ ถูกกฎหมาย

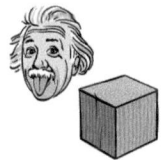

intelligent / stupid

ฉลาด/ โง่

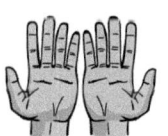

left / right

ซ้าย/ ขวา

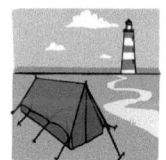

near / far

ใกล้/ ไกล

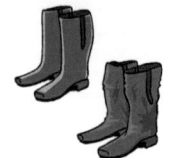

new / used
ใหม่/ ใช้แล้ว

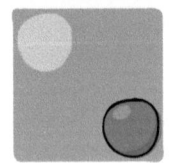

nothing / something
ไม่มี/ บางสิ่งบางอย่าง

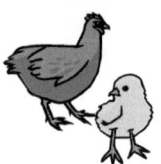

old / young
แก่/ หนุ่ม

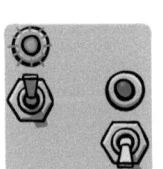

on / off
เปิด/ปิด

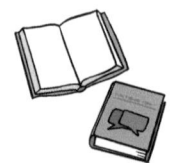

open / closed
เปิด/ ปิด

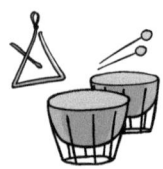

quiet / loud
เงียบ/ ดัง

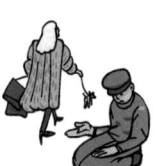

rich / poor
รวย/ จน

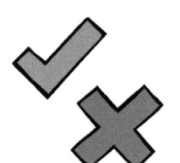

right / wrong
ถูก/ ผิด

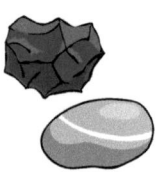

rough / smooth
ขรุขระ/ เรียบ

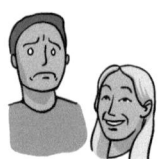

sad / happy
เศร้า/ ดีใจ

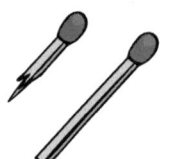

short / long
สั้น/ ยาว

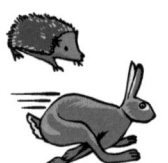

slow / fast
ช้า/ เร็ว

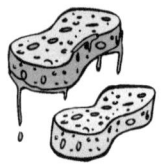

wet / dry
เปียก/ แห้ง

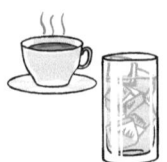

warm / cool
อบอุ่น/ หนาวเย็น

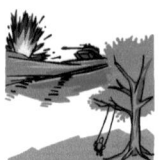

war / peace
สงคราม/ สันติภาพ

numbers
เลข/จำนวน

0
zero
ศูนย์

1
one
หนึ่ง

2
two
สอง

3
three
สาม

4
four
สี่

5
five
ห้า

6
six
หก

7
seven
เจ็ด

8
eight
แปด

9
nine
เก้า

10
ten
สิบ

11
eleven
สิบเอ็ด

12
twelve

สิบสอง

13
thirteen

สิบสาม

14
fourteen

สิบสี่

15
fifteen

สิบห้า

16
sixteen

สิบหก

17
seventeen

สิบเจ็ด

18
eighteen

สิบแปด

19
nineteen

สิบเก้า

20
twenty

ยี่สิบ

100
hundred

หนึ่งร้อย

1.000
thousand

หนึ่งพัน

1.000.000
million

หนึ่งล้าน

languages
ภาษา

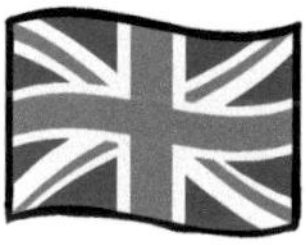

English
ภาษาอังกฤษ

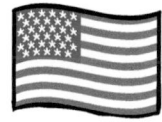

American English
ภาษาอังกฤษแบบอเมริกัน

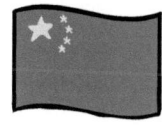

Chinese Mandarin
ภาษาจีนแมนดาริน

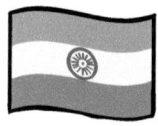

Hindi
ภาษาฮินดี

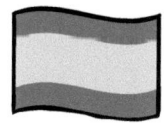

Spanish
ภาษาสเปน

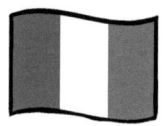

French
ภาษาฝรั่งเศส

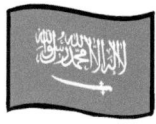

Arabic
ภาษาอาหรับ

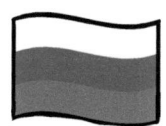

Russian
ภาษารัสเซีย

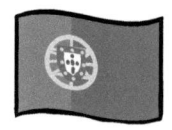

Portuguese
ภาษาโปรตุเกส

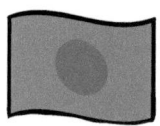

Bengali
ภาษาเบงกอล

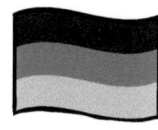

German
ภาษาเยอรมัน

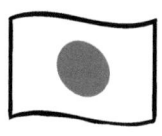

Japanese
ภาษาญี่ปุ่น

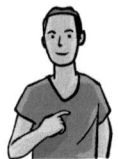

who / what / how
ใคร / อะไร / อย่างไร

I

ฉัน

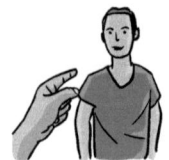

you

เธอ

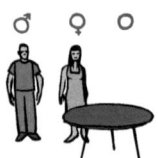

he / she / it

เขา / หล่อน / มัน

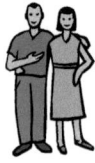

we

พวกเรา

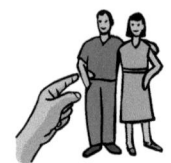

you

พวกคุณ

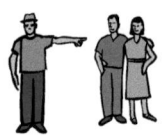

they

พวกเขา

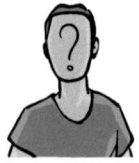

who?

ใคร?

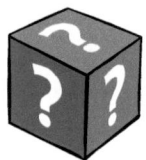

what?

อะไร?

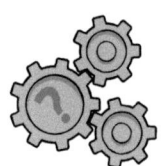

how?

อย่างไร?

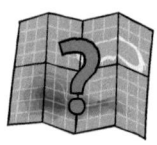

where?

ที่ไหน?

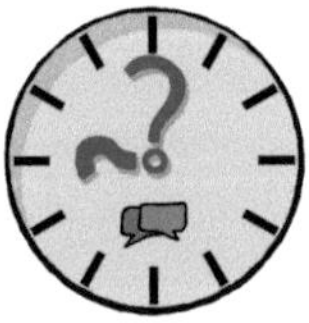

when?

เมื่อไหร่?

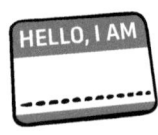

name

ชื่อ

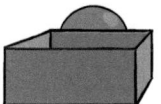

where

ที่ไหน

behind

ข้างหลัง

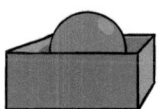

in

ใน

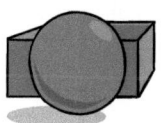

in front of

ข้างหน้า

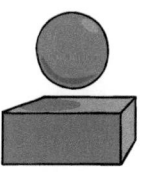

over

เหนือ

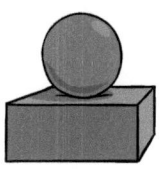

on

บน

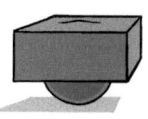

under

ใต้

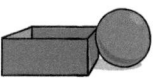

beside

ด้านข้าง

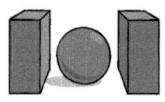

between

ระหว่าง

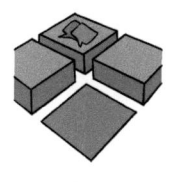

place

ตำแหน่ง